அனாமிகா

மாந்திரிக மரபின் இழக்கப்பட்ட காதல்

கதை & எழுத்து

பாஸ்கர்

Notion Press Media

No.50, Chettiyar Agaram Main Road,

Vanagaram, Chennai, Tamil Nadu 600095

Email ID: publish@notionpress.com

FIRST EDITION 2022

SECOND EDITION 2024

ISBN: 9798888151792

தனது பெற்றோரையும், காதலனையும் இழந்த பெண் ஒருவள் அதற்க்கான காரணத்தை அறிவதற்காக, தேடுதலில் ஈடுபடுகிறாள். அவபோது அவள், மாய மந்திரங்கள் நிறைந்த ஒரு அரக்கியின் மாய வளைக்குல் சிக்கித் தவிப்பதைப் பற்றிய கற்பனைக் கதை "அனாமிகா".

- **பாஸ்கர் மணிகண்டன்**

தொடர்புகொள்ள,

Email : baskarm2409@gmail.com

Instagram : b.a.s.k.a.r_m

அனாமிகா

மாந்திரிக மரபின் இழக்கப்பட்ட காதல்

Episodes

அனாமிகா

EPISODE – 1

INTRODUCTION

இரவு 10 மணியளவில்...

தெருவில் ஆள் நடமாட்டம் இல்லாமல் வெறிச்சோடி இருந்தது. காற்று சில்லென பலமாக வீசியது. அமாவாசை இரவு அதிகப்படியான இருளைப் படர்த்தியிருந்தது. ஒரே ஒரு விளக்கு தவிர, மற்ற தெரு விளக்குகள் எதுவும் ஒளிரவில்லை. அந்த விளக்கும் அணைந்து அணைந்து ஒளிர்ந்தது. எதிரில் யாரேனும் வந்தாலும் தெரியாத அளவுக்கு இருள் சூழ்ந்திருந்தது. தெரு முனையில் குப்பைகள் எரிந்து அணைக்கப்பட்டுப் புகை மூட்டமாக இருந்தது. ஒரு பய உணர்வைத் தோற்றுவிப்பதாக இருந்தது அந்தக் காட்சி. அப்போது அதிகமான வேகத்தில் ஒரு கார் காற்றைக் கிழித்துக் கொண்டு ஒரு வித சத்தத்துடன் அந்தப் புகை மூட்டதைக் கடந்து சென்று தெருவின் மத்தியில் இருந்த ஒரு வீட்டின் முன்னே சென்று நின்றது.

அதிலிருந்து கடும் கோபத்துடன் ஒருவர் இறங்கி, விரைந்து கதவருகே சென்று அதே கோபத்துடன் கதவை கடுமையாகத் தட்டினார். சற்றும் பொறுமையின்றி, வேகமாகத் தட்டினார். சில நொடிகளுக்குப் பின்னர், அவரது மனைவி வந்து கதவைத் திறந்து, "என்னங்க? இவளோ நேரம் ஆச்சு?" என்று தூக்கக்கலக்கத்தில் கேட்டார். அதற்கு பதில் எதுவும் கூறாமல், கதவை சத்தம் வருமாறு தள்ளிவிட்டு வேகமாக உள்ளே சென்றார். அவர் கோபமாக இருப்பதாக உணர்ந்து கொண்டார் அவரது மனைவி. இவர்கள் இராமகிருஷ்ணன்-சந்தியா. காதலித்து வீட்டை எதிர்த்து திருமணம் செய்து கொண்ட தம்பதியினர். ராமகிருஷ்ணனிடம் சந்தியாவிற்கு அதீத பாசம். அவரது கோபத்தை சமாதானம் செய்யக் கதவை சாத்திவிட்டு அவரது பின்னாலே சென்றாள்.

இராமகிருஷ்ணன் சென்று இருக்கையில் கோபத்துடன் அமர, சந்தியா அவருக்கு அருகில் கீழே அவரது காலைப் பற்றும்

தூரத்தில் அமர்ந்து அவரது காலைப் பிடித்து விட்டாள். அதை சற்றும் பொருட்படுத்தாமல் "Ajay....Ajay...." என்று கத்தினார் ராமகிருஷ்ணன். "ஏன் இப்படி கத்துறிங்க? நீங்க வருவீங்க வருவீங்கனு wait பண்ணி அப்போவே அவன் roomக்கு போயிட்டான். தூங்கினாலும் தூங்கிருப்பான், இருங்க கூட்டிட்டு வரேன்" என்று சொல்லி எழுந்து மேலே சென்றார் சந்தியா. சிறிது நேரத்திற்குப் பின், மகனை அழைத்து வந்து அமரச் செய்து, இருவருக்கும் உணவு பரிமாறினார் சந்தியா. தாயும் மகனும் உணவு அருந்த இராமகிருஷ்ணன் மட்டும் அதே கோபத்துடன் அமர்ந்து இருந்தார். அஜய் அவரை சாப்பிடும்படி கூற, அவர் அவனைப் பார்த்து முறைத்து "அந்த பொண்ணு யாரு?" என்று கேட்டார். "எந்த பொண்ணுப்பா?" என்று அஜய் அவரிடம் கேட்க, "நான் இன்னைக்கு lunchல உங்க college பக்கம் வந்தேன். அப்ப நீ ஒரு பொண்ணு கூட ரொம்ப closeஸா நின்னு பேசிட்டு இருக்குறதப் பாத்தேன். யார்

அந்தப் பொண்ணு? உனக்கும் அந்தப் பொண்ணுக்கும் என்ன?" என்று கேட்டார்.

"நானே உங்ககிட்ட சொல்லணும்னு இருந்தேன்ப்பா. நாங்க schoolல இருந்து love பண்றோம். அவதான் college முடிச்ச அப்புறம் உங்ககிட்ட சொல்லலாம்னு சொன்னா. அதுனால தான் சொல்லாம இருந்தேன். sorryப்பா" என்று கூறினான். "அந்த பொண்ணு என்ன caste?" என்று அவர் வினவ, அஜய் அமைதியாக இருந்தான். "சரி அத விடு. என்ன Religion?" என்று கேட்டார். அஜய் அவரை நிமிர்ந்து பார்த்து "Christianப்பா" என்று கூறினான். எனக்கு Christians புடிக்காதுனு உனக்கு தெரியாதா அஜய்?" என்று கோபமாகக் கேட்டார் ராமகிருஷ்ணன். "தெரியும். ஆனா, அனாமிகாவ உங்களுக்கு ரொம்ப பிடிக்கும். அவ ரொம்ப நல்ல பொண்ணுப்பா. நான் அவள ஒரு நாள் வீட்டுக்கு கூட்டிட்டு வரேன். அவ கூட பேசுங்க. கண்டிப்பா உங்களுக்கு பிடிக்கும்" என்று கூறினான். "நீ யார

வேணாலும் love பண்ணு. ஆனா, அந்த பொண்ணு Hinduவா மட்டும் தான் இருக்கணும்" என்று அவர் கூற, அந்நேரம் சந்தியா அஜயிடம் "கூட்டிட்டு வாடா" என்று சிரித்துக் கொண்டே கூற, இராமகிருஷ்ணன் எழுந்து சந்தியாவை கன்னத்தில் அறைந்து, "நான் என்ன பேசிட்டு இருக்கேன்? அவன் என்னனா வீட்டுக்கு கூட்டிட்டு வரேன்னு சொல்லுறான். நீ என்னனா கூட்டிட்டு வான்னு சொல்ற.. என்ன நடக்குது இங்க?" என்று கோபமாகக் கேட்டார்.

அஜய் அவரிடம் ஏதோ சொல்ல முற்பட, அவர் மீண்டும் கோபத்துடன் கத்த, அஜய் கோபமுற்று எனது தட்டைத் தட்டிவிட்டு வேகமாக அவனது அறைக்குச் சென்றான். "இருக்குற கடுப்புல இவரு வேற" என்று முணங்கிக் கொண்டே சென்றான். சந்தியா எதுவும் பேசாமல் அழுதபடி அமர, சிறிது நேரத்திற்குப் பின் இராமகிருஷ்ணன் அவளது அருகில் சென்று அவளது கண்ணீரைத் துடைத்து விட்டார். "பிள்ள

சாப்பிடும் போது இப்படி திட்டிட்டீங்களே?" என்று கவலையுடன் கூறினார் சந்தியா. "அவங்க வீட்டுல Hinduism பிடிக்காம இருக்கலாம்ல? எல்லா பக்கத்துல இருந்தும் யோசிச்சு பாக்கணுங்க. நம்ம love பண்ணிக் கல்யாணம் பண்ணி இத்தன வருஷம் சேர்ந்து வாழ்ந்துட்டோம். இனிமே வாழப் போறது அவன் தானே? நம்மளோட ஆசைக்காகவும் நம்மளோட விருப்பத்துக்காகவும் அவனோட வாழ்க்கையை நம்ம கேள்விக்குறியாக்கிறக் கூடாது. அவனுக்காக கொஞ்சம் யோசிச்சு பாருங்க." என்று கண்ணீர் மல்க சந்தியா கூற, கோபத்தால் இறுகியிருந்த இராமகிருஷ்ணனின் மனம் இளகியது. காலை அஜயிடம் பேசுவதாகக் கூறிவிட்டு இருவரும் உறங்கச் சென்றனர்.

என்றும் காலையில் விரைவாக எழுந்து கொள்ளும் அஜய், அன்று விடிந்து வெகுநேரம் ஆகியும் அறையை விட்டு வெளியே வரவில்லை. இரவு உணவும்

அருந்தவில்லை என்பதால், பால் எடுத்துக் கொண்டு சந்தியா அவனது அறைக்குச் சென்றார். அறையின் கதவை தட்ட அது ஏற்கனவே திறந்து இருந்தது. சில நொடிகளில் சந்தியா அலறும் சத்தம் கேட்டு இராமகிருஷ்ணன் வேகவேகமாக அஜயின் அறைக்குச் சென்றார். அறையின் வாயிலில் பால் சிதறிக் கிடக்க, சந்தியா மயங்கி விழுந்து கிடந்தார். இராமகிருஷ்ணன் செய்வதறியாது சுற்றும் முற்றும் பார்க்க அறையில் ஆங்காங்கே இரத்தக்கறை படிந்திருந்தது. அஜயின் படுக்கை முழுவதும் இரத்தமாக இருந்தது. சற்றே பதட்டத்துடன் இராமகிருஷ்ணன் உள்நுழைந்து செல்ல, அறையின் மூலையில் அஜய் கவிழ்ந்து படுத்து இருந்தான். அவனது உடை முழுவதும் இரத்தமாக இருந்தது. அவனது அருகில் விரைந்து இராமகிருஷ்ணன் செல்ல, அவனது கைக்கு அருகில் ஒரு காகிதத்தில் இதயம் ஒன்று cross வடிவத்தில் கட்டப்பட்ட பென்சில்களால் குத்தப்பட்டு இருந்தது. அந்தக் காகிதத்தில் இரத்தத்தினால் SAY ME

SORRY என்று எழுதப்பட்டிருந்தது. அந்தப் பென்சில் சிலுவை வடிவில் தலை கீழாகத் திருப்பபட்டிருந்தது. அதற்கு அருகில் ஒரு மெழுகுவர்த்தி கரையாமல் எரிந்து கொண்டிருந்தது.

அந்த இதயத்தைப் பார்த்த அதிர்ச்சியில் இராமகிருஷ்ணன் வேகமாக அஜய்யை திருப்ப, அவனது நெஞ்சுப்பகுதி கிழிக்கப்பட்டு இருந்தது. அவனது உடல் முழுவதும் நகத்தால் கீறப்பட்ட காயங்கள் இருந்தது. அந்தக் காயங்களிலிருந்து இரத்தம் சொட்டிக் கொண்டிருந்தது. அவனது கண்கள் மூடாமல் விழித்திருந்தது. ஆனால் கண்களில் கருவிழி தென்படவில்லை. கதறி அழுதபடி இராமகிருஷ்ணன் அஜயின் நெற்றியில் படர்ந்திருந்த அவனது முடியை விலக்கினார். அவனது வெற்றியின் நடுவில் ♏ என்று நகத்தினால் கீறப்பட்டிருந்தது. இவற்றை எல்லாம் பார்த்து இராமகிருஷ்ணன் பயத்திலும் மகனை

இழந்த சோகத்திலும் கதறி அழுதார். அறையைச் சுற்றி முற்றிப் பார்த்தார். எழுந்து சந்தியாவின் அருகில் சென்று அவளை எழுப்ப முயன்றார். சந்தியா எழவில்லை. ஆதலால் அவளைத் தூக்கிக்கொண்டு நடந்தார். அப்போது சந்தியாவின் கைபட்டு, மேஜை மீது இருந்த கடிகாரம் கீழே விழ, அதனை இராமகிருஷ்ணன் திரும்பிப் பார்த்தார். அந்தக் கடிகாரத்தில் மணி **3.13** என்று காட்டியது.

அங்கிருந்து வெளியேறி சந்தியாவை இருக்கையின் மீது கிடத்திவிட்டு, policeக்கு call செய்ய தனது அலைபேசியை எடுக்க அதிலும் மணி, **3.13** என்று காட்டியது. இராமகிருஷ்ணன் போலீஸ்க்கு call செய்து நடந்தவற்றைக் கூறினார். சிறிது நேரத்தில் போலீஸ் வந்து அனைத்தையும் பார்த்துவிட்டு கைரேகை நிபுணர்களையும் தடவியல் நிபுணர்களையும் வரச் செய்தனர். பின்பு போலீசார் இராமகிருஷ்ணனிடம் விசாரணை

நடத்தினர். அப்போது இராமகிருஷ்ணன் நேற்றிரவு நடந்தவற்றைக் கூறினார். அந்தப் பெண் மீது சந்தேகம் இருக்கிறதா என போலீசார் அவரிடம் கேட்க, இருக்கிறது என்று கூறினார். அந்தப் பெண்ணை விசாரிக்கவேண்டும் என்று கூறி போலீசாரும் இராமகிருஷ்ணன் மற்றும் சந்தியாவும் கல்லூரிக்குச் சென்று அனாமிகாவின் வீட்டு முகவரியை வாங்கிப் பின் அவளது வீட்டிற்குச் சென்றனர்.

அனாமிகாவின் வீட்டுக்கதவை போலீசார் தட்டினர். கதவு மூடப்படவில்லை. தட்டிய வேகத்தில் தானாகவே திறந்து கொண்டது. உள்ளே சென்றவுடன் ஒருவித துர்நாற்றம் வந்தது. மேஜையின் மீது ஒரு காகிதத்தில் தலைகீழாகத் திருப்பப்பட்ட சிலுவையில் இரு இதயங்கள் குத்தப்பட்டு இருந்தது. அந்தக் காகிதத்தில் இரத்தத்தினால் SAY ME SORRY என்று எழுதப்பட்டிருந்தது. அதன் அருகிலும் ஒரு மெழுகுவர்த்தி கரையாமல் எரிந்து கொண்டிருந்தது. அதுகண்டு

அனைவரும் பயம் கொள்ள, இராமகிருஷ்ணன் சுவர் முழுவதும் கடிகாரத்தைத் தேடினார். அங்கிருந்த கடிகாரத்திலும் மணி 3.13 என்று இருந்தது. அனைவரும் பீதி அடைந்தனர். இதயம் குத்தப்பட்டு இருந்த இடத்திலிருந்து ரத்தம் சொட்டு சொட்டாக இருந்தது. அதனைப் பின் தொடர்ந்து அனைவரும் சென்றனர். நேரம் ஆக ஆக துர்நாற்றம் அதிகரித்துக்கொண்டே சென்றது. "போய் விடலாம்" என constable கூற அதை மறுத்து மற்றொரு போலீசார் முன்னே சென்றார். இரத்தக்கறை படி வழியாக மாடிக்குத் தொடர்ந்தது. அதைப் பின் தொடர்ந்து இவர்களும் படியினில் ஏற, மூன்றாவது படிக்கட்டு உடைந்து ஒரு துளை உருவானது. அது இராமகிருஷ்ணனுக்கு சற்றே பயத்துடன் கூடிய சிந்தனையை அளித்தது. அதைத் தாண்டிக் கொண்டு முன்னே செல்ல, சிறுது அடிகளுக்குப் பின்னர் இன்னொரு படியும் உடைந்து அதேபோல் துளை உருவானது. அனைவரும் பயம் கொண்டு நிற்க, ராமகிருஷ்ணன்

படிகளை வரிசையாக எண்ணினார். தற்பொழுது உடைந்து விழுந்தது பதின்மூன்றாவது படி. ஒருவித பீதியுடன் அனைவரும் முன்னேறிச் சென்றனர். அந்தக் கறை ஒரு அறைக்குள் சென்றது. அறை முழுவதும் இரத்தக்கறைகள் படிந்து இருந்தது. ஒரு ஆணும் ஒரு பெண்ணும் கவிழ்ந்து படுத்திருந்தனர். அவர்களின் மீதும் இரத்தமாக இருந்தது. அனைவரும் பயந்து போய் வியர்த்தபடி நிற்க, இராமகிருஷ்ணன் அவர்களது அருகில் சென்று இருவரையும் திருப்பினார். அவர்களது உடம்பிலும் நகத்தால் கீறப்பட்ட காயங்களும் அதில் சொட்டிக் கொண்டிருந்த இரத்தமும் இருந்தது. அவர்களது தலைமுடியால் முகம் மூடப்பட்டிருக்க, அதை விளக்கினார் போலீஸ். அவர்களது கண்களும் மூடப்படாமல் கருவிழிகளற்றுத் திறந்திருந்தது. அதே போல் நெற்றியின் நடுவே,  என்று நகத்தால் கீறப்பட்டு இருந்தது. காற்று சற்றே பலமாக வீசத்

தொடங்கி, SAY ME SORRY என்று உரத்த குரலில் சத்தம் கேட்டது. அனைவரும் பயந்து அறையை விட்டு வெளியேறிக் கீழே இறங்கி ஓட, அனைத்துப் படிகளும் உடைந்து விழத் தொடங்கியது.

அதிலிருந்து எப்படியோ தப்பித்து சில காயங்களுடன் மரண பயத்தில் அனைவரும் விரைந்து ஓடி வீட்டைவிட்டு வெளியேற, மறுகணமே வீட்டின் கதவு பயங்கரமான சத்தத்துடன் மூடிக் கொண்டது. மூடப்பட்ட கதவையே அனைவரும் பார்த்துக் கொண்டிருக்க, மெல்லிய குரலில் SAY ME SORRY என்று அழுகுரல் கேட்டது.

அனாமிகா

EPISODE – 2

INVESTICATION BEGINS

SAY ME SORRY என்று கேட்ட அழுகுரலால் அனைவரும் பயத்தில் கதவையே சிறிது நேரம் பார்த்துக் கொண்டிருந்தனர். பின்னர், அஜய் வீட்டில் சோதனையில் இருந்த கைரேகை நிபுணர்களும் தடயவியல் நிபுணர்களும் தடயங்களை சேகரித்து அஜயின் சடலத்தை மருத்துவமனைக்கு அனுப்பி வைத்த பின் அனாமிகாவின் வீட்டிற்கு வருமாறு அழைக்கப்பட்டனர். அவர்கள் வரும் வரை, அருகில் இருந்த வீட்டாரிடம் அனாமிகா குடும்பம் பற்றி விசாரித்தனர் போலீஸ். அதன் மூலம் இப்போது இறந்தது அனாமிகாவின் தாய், தந்தை Eliot மற்றும் Flora என்பதைத் தெரிந்து கொண்டனர். அவர்களுக்கு அனாமிகா ஒரே மகள் என்றும் மிகவும் செல்லமாக வளர்க்கப் பட்ட பெண் என்பதையும் அறிந்து கொண்டனர். மேலும் சில விவரங்களைப் போலீஸ் விசாரித்துக் கொண்டிருக்கும் போது, கைரேகை மற்றும் தடவியல் நிபுணர்கள் வந்து சேர்ந்தனர். பூட்டப்பட்டிருந்த கதவின் அருகே சென்று

திறப்பதற்காக கையை நீட்டினர். கதவைத் தொடுவதற்கு முன் கதவு தானாகத் திறந்து கொண்டது. அதைக்கண்டு அங்கிருந்தோர் எல்லோரும் பயம் கொள்ள நிபுணர்கள் அதைப் பொருட்படுத்தாமல் உள்ளே சென்றனர். constable ஒருவருக்கு call செய்து அனாமிகாவின் கல்லூரிக்குச் சென்று அவளைப் பற்றி விசாரிக்குமாறு கூறினார் பிரபு (போலீஸ்). தன்னுடன் இருந்த constable ஒருவரை நிபுணர்களுக்கு உதவி புரியுமாறும், தடயங்களை சேகரித்த பின்பு Ambulanceஸை வரச்செய்து சடலங்களை அப்புறப் படுத்துமாறும் கூறிவிட்டு பிரபுவும் இராமகிருஷ்ணன் மற்றும் சந்தியாவும் காவல் நிலையத்திற்குச் சென்றனர்.

வீட்டினுள்ளே முன் இருந்ததைவிட துர்நாற்றம் அதிகமாக இருந்தது. முன்னர் உடைந்து விழுந்த படிக்கட்டுகள் தற்பொழுது எந்தவித சேதமும் இன்றி சீராக இருந்தது. மெல்ல மெல்ல அவர்கள் உள்ளே சென்று கை ரேகைகளையும்

தடயங்களையும் சேகரிக்க ஆரம்பித்தனர். ஏதாவது தடயம் கிடைக்குமென உன்னிப்பாக கவனித்தனர். குத்தப்பட்டிருந்த இதயங்களைப் புகைப்படம் எடுப்பதற்காக அருகே செல்லும் போது, அதில் ஒரு இதயம் திடீரென ஒரு முறை துடித்து அடங்கியது. அதைக் கண்டு புகைப்படம் எடுக்கச் சென்றவர் பயத்தில் அலறியபடி பின்னால் விழுந்தார். சிறிது நேரம் அனைவரிடத்திலும் பயம் நிலவ, பின்னர் எழுந்து மீண்டும் தடயம் தேடத் தொடங்கினர். ஒவ்வொருவரும் வீட்டின் ஒவ்வொரு இடத்தில் சென்று ஆய்வு செய்தனர். மாடியில் உள்ள அறைக்கு இருவர் மட்டும் சென்றனர். அங்கே இறந்து கிடந்த இருவரின் உடலிலிருந்த காயங்களைப் புகைப்படம் எடுத்தனர். பின், Ambulance வரவழைக்கப்பட்டு Eliot மட்டும் Floraவின் சடலங்கள் மருத்துவமனைக்கு அனுப்பி வைக்கப்பட்டது. அதன் பின், அலமாரியில் படிந்திருந்த இரத்தக் கறைகளை

மாதிரிக்காக எடுத்துக் கொண்டிருக்கும் பொழுது அடுக்கி வைக்கப்பட்டிருந்த புத்தகங்கள் அனைத்தும் திடீரென சடசடவென கீழே விழுந்தது. சில நொடிகளுக்கு ஒருமுறை வினோதமான ஏதோ ஒரு சத்தம் கேட்டுக்கொண்டே இருந்தது. அஜயின் வீட்டில் தடயங்கள் சேகரிக்கும் பொழுது இதுபோன்ற வழக்கத்திற்கு மாறான செயல்கள் எதுவும் நடைபெறவில்லை என்பதால் நிபுணர்கள் பயம் கொண்டனர்.

வேகமாக அங்கிருந்து புறப்படும் பொருட்டு அவசர அவசரமாக அனைத்தையும் சேகரித்தனர். இருவரது விரல் நகங்களில் ஒரு சில இடங்களில் இரத்தத்துடன் கூடிய சதைகள் தென்பட்டன. அதையும் பரிசோதனைக்காக எடுத்துக் கொண்டனர். அங்கிருந்த படுக்கையின் பக்கவாட்டில் உள்ள சுவரில் ஏதோ வரையப்பட்டிருந்தது. அதை உற்றுப் பார்த்தால் ஆங்கில எழுத்துக்களால் ஏதோ எழுதி இருப்பது போன்ற தோற்றத்தில் அமைந்திருந்தது.

நிபுணர்களில் ஒருவர் அதை வாசிக்க முற்பட, திடீரென காற்று பலமாக வீசியது. ஏதேதோ சத்தங்கள் கேட்டன. ஜன்னலில் மாட்டப்பட்டிருந்த திரை துணிகள் படபடவென பறந்தது. சில நொடிகளில் அவை மாட்டப்பட்டிருந்த கம்பிகளில் இருந்து கழன்று கொண்டு வெளியே பறந்து சென்றது. மேஜை மீது இருந்த தண்ணீர் குவளை கீழே விழுந்து உடைந்தது. நிபுணர்கள் இருவரும் உடைந்த குவளையை பார்த்துக்கொண்டிருக்க, அவர்களுக்கு அருகில் யாரோ நிற்பது போன்று தோன்றியது. அவர்கள் பயத்துடன் வேகமாக பின்னால் திரும்பிப் பார்க்க ஜன்னலிலே ஒரு காகம் அமர்ந்திருந்தது. அதன் தலை மற்றும் கழுத்துப் பகுதிகளில் காயம் பட்டு இரத்தம் கசிந்துக் கொண்டிருந்தது. திடீரென ஜன்னல் கதவுகள் தானாக சாத்திக்கொள்ள, காகம் அடிப்பட்டு அதன் தலை மட்டும் துண்டாகி அறைக்கு வெளியே விழுந்தது. அதன் உடல் பகுதி நிபுணர்களின் காலுக்கு அருகே வந்து விழ, மறுகணமே அது துடிதுடித்து

அடங்கியது. வெளிச்சம் மறைந்து இருள் சூழ்ந்தது.

இனியும் இங்கே இருக்கவேண்டாம் என இருவரும் அறையைவிட்டு விரைந்து வெளியே சென்று படி வழியே இறங்கிக் கீழே சென்றனர். அங்கே தடையங்கள் சேகரித்துக் கொண்டிருந்த மற்றவர்களும் கிளம்புவதற்குத் தயாராக இருந்தனர். அனைவரும் சேர்ந்து வாசலை நோக்கி நடந்து வர, காகத்தின் தலை அவர்களின் முன்னால் வந்து விழுந்தது. அனைவரும் பயத்தில் அலற, வீட்டின் ஒரு மூலையில் மேஜை மீது வைக்கப்பட்டிருந்த Bible அந்தரத்தில் உயர்ந்து அதன் பக்கங்கள் அனைத்தும் கிழிந்து வீடு முழுவதும் ஆங்காங்கே பறந்தது. "வேதப் புத்தகமே வேர் வேராய்க் கிழிந்து பறக்கும் போது அற்ப மனிதர்களாகிய நாம் என்னாகப் போகிறோமோ?" என்ற பயத்தில் அனைவரும் வாசலை நோக்கி ஓடினர். வீட்டினுள் ஆங்காங்கே இருந்த கண்ணாடிப் பொருட்கள் அனைத்தும்

உடைந்து சில்லு சில்லாகத் தெறித்தது. அதன் துகள்கள் நிபுணர்களின் உடல்களில் ஆங்காங்கே குத்த வலியாலும் பயத்தாலும் கத்திக் கொண்டே வாசலை விட்டு வெளியே சென்றனர். வீட்டிற்கு வெளியே சூழல் இயல்பாகவே இருந்தது. காற்று மென்மையாகவே வீசிக் கொண்டிருந்தது. வினோத சத்தங்களின்றி அமைதியாகவே இருந்தது.

அந்நேரம் காவல்நிலையத்தில் போலீசார் அனைவரும் இதைப் பற்றியே பேசிக் கொண்டிருந்தனர். ராமகிருஷ்ணன் மற்றும் சந்தியா இருக்கையில் அமர்ந்து மகனை நினைத்து அழுது புலம்பிக் கொண்டிருந்தனர். பிரபு அவர்களின் அருகே உட்கார்ந்து இருவருக்கும் ஆறுதல் கூறிய படி விசாரித்துக் கொண்டிருந்தார். அவர்களிடத்தில் மகனைப் பறிகொடுத்த துக்கத்தோடு அனாமிகா மீது கோபமும் அதிகமாக மேலோங்கி இருந்தது. அனாமிகா மனிதப் பெண்ணே இல்லையென்றும் தனது காதலை ஒப்புக்

கொள்ளாத தாய் தந்தையரையும் காதலித்த காதலனையும் கொடூரமாகக் கொலை செய்த அரக்கி என்றும் வசை பாடிக் கொண்டிருந்தார் இராமகிருஷ்ணன். "செய்றதெல்லாம் செஞ்சிட்டு எங்கேயோ போய் ஒளிஞ்சிகிட்டா. என் கைல கெடச்சா அவள நானே கொன்னுடுவேன்" என்று தனது ஆதங்கத்தை வெளிப்படுத்தினார் சந்தியா. இவர்களது அழுகையிலும் கதறலிலும் அஜய் மற்றும் அனாமிகா பற்றிய ஏதாவது விபரம் கிடைக்குமா என ஆராய்ந்து கொண்டிருந்தார் பிரபு.

அப்போது அனாமிகாவைப் பற்றி விசாரிக்க அவளது கல்லூரிக்குச் சென்ற constable வந்து, "விசாரிச்சுட்டேன் சார். ரொம்ப நல்ல பொண்ணாம். படிக்கிற பொண்ணாம். யார் பிரச்சினைளையும் தலையிடாதாம். நிறைய friendsலாம் கிடையாது. classroom, library, வீடு அவளோதான். வேற எந்த இடத்துக்கும் போகாதாம். எப்பவுமே எதையாவது படிச்சுட்டே இருக்குமாம். விசாரிச்சதுல

அந்தப் பொண்ண பத்தி யாருமே தப்பா எதுவும் சொல்லல சார்" என்று பிரபுவிடம் கூற, "அந்த பொண்ணோட போட்டோ வாங்கிட்டு வந்தீங்களா?" என்று கேட்க, இல்லை என்பது போல் அமைதியாக நின்றார் constable. மற்றொரு constableஐ அழைத்து அஜய் வீட்டிற்குச் சென்று அவனது அறையில் அவனது mobile phone கிடைத்தால் எடுத்து வருமாறு கூறினார் பிரபு. அவர் சிறிது பயத்தோடு தயங்கி நிற்க, "கூட யாரையாவது கூட்டிட்டு ரெண்டுபேரும் போயிட்டு வாங்க" என்று கூறினார். அனாமிகாவை விரைவாகக் கண்டுபிடித்து தக்க தண்டனை அளிக்கப்படும் என்று ராமகிருஷ்ணன் மற்றும் சந்தியாவிடம் கூறி ஒரு இருக்கையைக் கைகாட்டி அங்கு சென்று அமர்ந்து சிறிது நேரம் ஓய்வு எடுக்கும்படி பிரபு கூறிவிட்டு தடவியல் நிபுணர்களில் ஒருவருக்கு call செய்தார். அனாமிகா வீட்டில் நடந்தவற்றை எல்லாம் அவர் பிரபுவிடம் கூற, அவர்களை மருத்துவமனைக்கு

சென்று காயத்திற்கு சிகிச்சை எடுத்துக் கொள்ளுமாறு கூறினார்.

Constables இருவரும் அஜயின் வீட்டிற்கு சென்றனர். வீட்டின் கதவைத் திறந்து பயத்தோடு உள்ளே சென்றனர். அனாமிகாவின் வீட்டைப் போல் இங்கே துர்நாற்றம் எதுவும் வீசவில்லை. விசித்திரமான சத்தங்கள் எதுவும் கேட்கவில்லை. அமானுஷ்யமாக எதுவுமில்லாமல் இயல்பாகவே இருந்தது. இருவரும் மாடியில் உள்ள அஜயின் அறைக்குச் சென்றனர். அறைக்குள் சுவர் மற்றும் பிற இடங்களில் படிந்திருந்த இரத்தம் உலர்ந்து போய் ஒருவித நாற்றத்தை உருவாக்கியிருந்தது. அஜயின் அலைபேசியை பல இடங்களில் தேடினர். அவனது படுக்கைக்கு அருகில் இருந்த மேஜையில் ஒரு புத்தகத்துக்குள் அது இருந்தது. constable ஒருவர் அதனை எடுத்து on செய்ய முயற்சி செய்தார். அது on ஆகவில்லை. Switch off இல் இருந்தது. அதனை எடுத்துக்கொண்டு வீட்டை விட்டு

வெளியேறி இருவரும் காவல் நிலையத்திற்குச் சென்றனர். அங்கே அஜயின் mobile, charge செய்யப்பட்டது. சிறிது நேரத்திற்குப் பின், பிரபு அதை on செய்தார். அதன் முகப்பு தொடுதிரையில் ஒரு பெண்ணின் புகைப்படம் இருந்தது. அதை இராமகிருஷ்ணனிடம் காட்டி அனாமிகாவின் புகைப்படம் என்பதனை உறுதி செய்து கொண்டார் பிரபு. அவர் photos உள்ளே செல்ல முற்பட, passwordஐ உள்ளிடுமாறு தொடு திரையில் தகவல் காட்டியது. password தெரியாத காரணத்தினால் முகப்புத் திரையில் இருந்த புகைப்படத்தை அவரது mobile phoneல் உள்ள camera மூலம் பதிவு செய்தார். பின்னர், அதனை print செய்து fax மூலம் மற்ற காவல் நிலையங்களுக்கும் whatsapp மூலம் பிற காவலர்களுக்கும் அனுப்பித் தேடச் சொன்னார்.

அப்போது constable ஒருவர் வந்து, இந்தப் புகைப்படத்தில் இருக்கும் பெண்ணை சில மணி நேரங்களுக்கு முன்னால் ரயில்

நிலையத்திற்கு அருகே platformல் பார்த்ததாகக் கூறினார். பார்த்தபோது மணி என்ன என்பதை பிரபு அவரிடம் வினவ, "அந்தப் பொண்ணோட collegeக்கு போய் விசாரிக்கச் சொல்லி எனக்கு கால் பண்ணீங்கல்ல சார்? அப்போதான் பார்த்தேன்" என்று constable கூற, பிரபு தனது mobile phoneஐ எடுத்து call logஐ check செய்தார். சில நொடிகள் அவரது கண்கள் mobile phoneஐ உற்று நோக்கிக் கொண்டிருந்தது. ஏன் என்று புரியாமல் constable பிரபுவின் அருகே வந்து பார்க்க, அவருக்கு call செய்த நேரம் **3.13 PM** என்று காட்டியது. அதைப் பார்த்து அவரும் அதிர்ந்து போய் பேசாமல் நிற்க, "சார் சார்" என்று கத்திக்கொண்டே ஒரு காவலர் ஓடிவந்தார். அந்த சத்தத்தினால் அதிர்ச்சியில் இருந்து மீண்ட பிரபு அவரிடம் "என்னாச்சு? ஏன் இப்படி ஓடி வர்றீங்க?" என்று கேட்க, "நீங்க ஒரு பொண்ண தேட சொல்லி ஒரு photo அனுப்புனீங்கல்ல சார்? அந்தப் பொண்ணு உங்களப் பாக்குறதுக்கு வந்திருக்கு சார்" என்று கூறினார் constable.

அனாமிகா

EPISODE – 3

THE JOURNEY OF LOVE

பிரபு தனது இருக்கையில் இருந்து எழுந்து வாசலுக்கு வரும் முன், அனாமிகா உள்ளே வந்தாள். கருப்பு நிற உடை, கருமையான கூந்தல், விரிந்த கண்கள், நீண்ட புருவம், கூர்மையான மூக்கு, சிவந்த இதழ்கள் என அழகிய தோற்றத்தில் இருந்தாள். அவளது முகத்தில் குழப்பம் நிறைந்த அமைதி குடி கொண்டிருந்தது. அவள் மெல்ல மெல்ல நடந்து வந்து பிரபுவின் எதிரில் நின்றாள். அனைவரும் அவளையே கண் சிமிட்டாமல் பார்க்க, மென்மையான குரலில், "சார்" என்றாள். என்னவென்று கேட்பது போல பிரபு பார்க்க, "என்னை ஏன் சார் தேடுறிங்க?" என்று அவள் கேட்க, "நாங்க உன்ன தேடுறோம்னு உனக்கு எப்படி தெரியும்?" என்று பிரபு கேட்டார். போலீசார் தனது புகைப்படத்தை வைத்துப் பேசிக்கொண்டு இருந்ததை மறைந்திருந்தது கேட்டதாகவும் அதை அறிந்து கொள்வதற்காகவே வந்ததாகவும் கூறினாள் அனாமிகா.

"நீங்க என்ன பண்றீங்க madam?" என்று சிரித்துக் கொண்டே கேட்டார் பிரபு. கல்லூரி முதலாமாண்டு படித்துக் கொண்டிருப்பதாகக் கூறினாள் அனாமிகா. "நீங்க Acting try பண்ணுங்களேன்" என்று நக்கலாகக் கூறினார் பிரபு. எதுவும் புரியாமல் அனாமிகா அவரையே பார்க்க,"நல்லா நடிக்குறாங்கல்ல Madam?" என்று சிரித்துக் கொண்டே அனைவரையும் நோக்கிக் கேட்டு, "3 கொல பண்ணிட்டு எவளோ அழகா innocent மாதிரியே நடிக்கிற? Great" என்றார். அதிர்ந்து போன அனாமிகா, எதுவும் பேசாமல் அவரையே பார்த்தாள். அவளது பார்வையில் ஆயிரம் கேள்விகள் இருந்தது. அந்நேரம் சந்தியாவின் அழுகுரல் கேட்டுத் திரும்பிப் பார்த்தவள், விரைந்து அவர்களது அருகே சென்று," அத்த.. மாமா... நீங்க இங்க என்ன பண்றீங்க? என்ன பிரச்சின?" என்று கேட்க, சந்தியா அவளைக் கன்னத்தில் ஓங்கி அறைந்து, "யாரு உனக்கு அத்த? கொல பண்ணிருவேன் நாயே.. என் மகனக் கொல பண்ணிட்டு என்னையே அத்தைனு

கூப்பிடுறியா?" என்று கத்தி அழுதாள். ராமகிருஷ்ணன் சந்தியாவைக் கட்டுப்படுத்தி, அனாமிகாவை நோக்கி "பேசாம போய்டு. அது தான் உனக்கு நல்லது" என்று கோபமாகக் கூறினார்.

இவர்கள் அனைவரும் பேசுவது, நடந்து கொள்வது எதுவும் புரியாமல் அவளுக்குத் தலையே வெடித்து விடும் போல் இருந்தது. அஜய் இறந்து விட்டான் என்பதை அவளது மனம் ஏற்றுகொள்ளவில்லை. அதோடு அதற்குக் காரணமே இவள் தான் என்று கூறுவது அவளுக்கு சொல்ல முடியாத வேதனையை அளித்தது. "நீங்க எல்லாரும் என்ன பேசுறிங்கனே எனக்கு புரியல? என் அஜய் எங்க? அவனுக்கு என்னாச்சு? யாராவது சொல்லுங்க" என்று அனைவரிடமும் சென்று அழுது புலம்பினாள். அனைவரும் மௌனம் க்காக்க, கீழே உட்கார்ந்து கதறி அழுதாள். அந்நேரம் constable ஒருவர் வந்து பிரபுவிடம் cover ஒன்றைக் கொடுக்க, அதிலிருந்து அஜயின் சடலத்தின் புகைப்படத்தை எடுத்து

அவளது அருகில் கீழே போட்டார். கண்ணீர் வெள்ளத்தில் மிதந்து கொண்டிருந்த அவள், அந்தப் புகைப்படத்தைப் பார்த்துக் கண்களை மூடிக்கொண்டாள்.

புகைப்படத்தை எடுத்து தூரமாக எறிந்தாள். "இது என்னோட அஜய் இல்ல. நீங்க பொய் சொல்றீங்க" என்று தேம்பி அழுதாள். சிறிது நேரத்தில் சித்த பிரம்மை பிடித்தது போல் எதுவும் பேசாமல் அமைதியானாள். இருக்கை ஒன்றை நகர்த்தி, அவளது அருகில் சென்று அமர்ந்து "ஏன் அஜய கொல பண்ண?" என்று பிரபு கேட்க, அவள் கோபத்துடன் மெதுவாக நிமிர்ந்து பார்க்க, பிரபு பயந்து பின்னால் நகர்ந்தார். கண்களில் பூசியிருந்த மை கலங்கிக் கண்களைச் சுற்றிப் படர்ந்திருந்தது. பார்ப்பதற்கே சற்று பயம் கொள்ளும் தோற்றத்தில் அமர்ந்திருந்தாள். "நான் என் அஜய கொல பண்ணேன்னு சொல்றீங்களா? உங்களுக்கெல்லாம் மனசாட்சியே இல்லையா?" என்று அழுது கொண்டே கேட்டாள். "Actress madam... உங்க

நடிப்புத் திறமை எல்லாம் Auditionல காட்டுங்க. இப்போ பதில் சொல்ல போறியா? இல்ல IPC 302,303,304ல தூக்கி உள்ள போடவா?" என்று கத்தினார்.

"அவன் தான் எனக்கு எல்லாமே. என் உயிரே அவன் தான். அவன்ட்ட நான் சத்தமா கூட பேசுனது இல்ல. அவன என்னால எப்படி கொல பண்ண முடியும்? நான் ஏன் கொல பண்ணனும்?" என்று கேட்டு அழுதாள். அப்போது அங்கிருந்த மற்றொரு போலீசார் பிரபுவின் காதில் என்னவோ முணுமுணுக்க, "சரி உங்க love story சொல்லு" என்று அவளிடம் கேட்டார் பிரபு. அவள் சிறிது நேரம் அமைதியாக இருந்தாள். அவள் அந்நேரம் தனது காதல் நொடிகளை நினைத்திருந்தாள் என்பதில் ஐயமில்லை. அவளது விழி வழியே நுழைந்து நினைவலைகளில் மிதந்து அவளது எண்ணங்களோடு பயணித்தால்.......

2 வருடங்களுக்கு முன்பு

பள்ளியில் அன்று ஆண்டு விழா. விழா முடிந்து அனைவரும் வீட்டிற்க்குக் கிளம்பிக் கொண்டிருந்தனர். பதினோராம் வகுப்பு படித்துக் கொண்டிருந்த அனாமிகா பத்தாம் வகுப்பில் சிறந்த மதிப்பெண் வாங்கியதற்காக தங்கப் பதக்கம் வாங்கிவிட்டு மிகுந்த ஆனந்தத்துடன் நடந்து வந்து கொண்டிருந்தாள். அப்போது அவளது வகுப்பில் படிக்கும் அஜய் வேகமாக ஓடி வந்து அவளது முன்னால் நின்றான். அவள் சிரித்துக் கொண்டே அவனை நோக்கினாள். அவன் தனது கையினை அவளுக்கு நேராக நீட்டி வாழ்த்துக்கள் கூறினான். அவளும் தனது கையினைக் குலுக்கி நன்றி கூறினாள். அவள் தனது கையினை விலக்கிக் கொள்ள முற்பட, அவன் இறுக்கமாகக் பற்றிக் கொண்டான். அவள் வெட்கித் தலை குனிந்தாள். "I love you Anu..."என்று மெதுவாகக் கூறினான் அஜய். வெட்கிக் குனிந்த தலையை நிமிர்த்தாமல் சிரித்தாள் அனாமிகா. அவளும் அவன் மீது காதல் கொண்டிருந்தாள் என்பதை அது

உணர்த்தியது. எதுவும் பேசாமல் கையை மெதுவாக விடுவித்துக் கொண்டு சிரித்துக் கொண்டே நடந்து போய் தனது மிதிவண்டி அருகே சென்று நின்று திரும்பிப் பார்த்தாள்.

அஜய் விரைந்து அவளது அருகே சென்று நின்றான். அவள் தனது மிதிவண்டியை எடுத்துக் கிளம்ப அவனும் கிளம்பி கூடவே சென்றான். பள்ளியை விட்டு வெளியே சென்று சிறிது நொடிகளுக்குப் பின், நின்று அவனை நிமிர்ந்து பார்த்தாள். "என்னாவது சொல்லனுமா?" என்று ஆர்வமாகக் கேட்டான் அஜய். சற்றும் யோசிக்காமல்,"I love you" என்றாள் அனாமிகா. சொல்லிவிட்டு வெட்கத்தில் வேகமாகச் சென்று விட்டாள். அவனுக்கு வார்த்தைகள் வரவில்லை. சிரிப்பு மட்டுமே முகத்தில் தாண்டவமாடியது. அன்று முதல் தினமும் காலையும் மாலையும் இருவரும் சேர்ந்தே பள்ளிக்கு வந்து சென்றனர். பல வித ஆசைகளோடும் கனவுகளோடும் அவர்களது காதல் பயணித்தது. வகுப்பு

வசந்த மண்டபமாய்த் தெரிந்தது. விடுமுறைகள் நஞ்சாய்க் கசந்தன. இருவரும் சேர்ந்தே படித்தனர். அஜயின் பாட சந்தேகங்களை தீர்த்து வைத்தாள் அனாமிகா. ஒருவாறாக பன்னிரெண்டாம் வகுப்பு முடிந்தது. அவ்வப்போது யாருக்கும் தெரியாமல் சந்தித்துக் கொண்டனர். தேர்வு முடிவுகள் வந்தது. இருவரும் நல்ல மதிப்பெண்கள் எடுத்தனர். வீட்டு சூழ்நிலைகள் காரணமாக இருவரும் ஒரே கல்லூரியில் சேர முடியவில்லை. இருவரும் இணைந்திருக்கும் நேரம் வெகுவாகக் குறைந்தது. அனாமிகா நன்றாகப் படிப்பதாலும் ஆசிரியர் கேட்கும் கேள்விகளுக்குப் பதில் சொல்வதாலும் வகுப்பில் அனைவராலும் கேலி செய்யப் பட்டாள். நண்பர்கள் யாரும் இன்றி தனிமையில் நாட்களைக் கடத்தினாள். அஜய் தனது அப்பாவின் கட்டாயத்தால் மாலை நேர வகுப்புகளில் சேர்ந்தான். ஆதலால் இருவரும் பேச முடிவதே இல்லை. தனிமையைப் போக்கிக் கொள்ள, புத்தகங்கள் அதிகம் வாசிக்க

ஆரம்பித்தாள். அன்றொரு நாள், கல்லூரி நூலகத்தில் நாவல்கள் வாசித்துக் கொண்டிருந்தாள்.

நண்பர்கள் பற்றிய கதை என்பதால் வாசிக்கப் பிடிக்காமல் அதை வைத்து விட்டு வேறொரு புத்தகம் எடுக்கச் சென்றாள். தேடிக் கொண்டிருக்கும் போது மழை வருவது போல இருந்தது. காற்று பலமாக வீசி இடி இடித்தது. விரைந்து வீடு செல்ல வேண்டும் என்பதால் வேகமாகத் தேடினாள். அப்போது **"I'm yours"** என்று எழுத்தாளர் பெயர் இல்லாத ஒரு கரிய நிறப் புத்தகத்தைப் பார்த்து வாசிக்க விருப்பம் கொண்டு அதை எடுத்துக் கொண்டு வீடு திரும்பினாள். மாந்திரீகம் அறிந்த தம்பதியினர் ஒரு குழந்தையைக் கொல்வது பற்றிய கதை அது. அதை வாசிக்க ஆரம்பித்தது முதல் வேறு எது மேலும் விருப்பம் காட்டாமல் அதையே வாசித்தாள். அவள் அவ்வாறு எப்போதும் புத்தகத்தையே பார்த்துக் கொண்டிருப்பது அவளது பெற்றோருக்கும் அஜய்க்கும்

பிடிக்கவில்லை. அவள் அவ்வாறு புத்தகம் வாசித்துக் கொண்டே இருப்பதால், அவள் காதல் வயப்பட்டிருக்கலாம் எனவும் அதனால் தான் தனியாகவே இருப்பதாகவும் சந்தேகித்தனர். அதனால் வீட்டில் நிறைய முறை வாக்குவாதம் வந்தது.

ஒரு நாள் அஜய் அனாமிகாவைப் பார்ப்பதற்காக தனது கல்லூரிக்கு வரச் சொல்லியிருந்தான். அவள் சென்றிருந்தாள். அவன் வர சிறிது நேரம் ஆனதால், அவள் அந்த புத்தகத்தை வாசித்துக் கொண்டிருந்தாள். அவன் வந்த பிறகும் பேசிக் கொண்டே அதையே பார்த்துக் கொண்டிருந்ததால் அஜய் கோபமுற்றான். "கல்லூரியில் வேறு யார் மீதாவது காதல் கொண்டாயா?" என அஜய் கோபத்தில் கேட்க, அனாமிகா அதற்கு பதில் எதுவும் பேசாமல் வாசித்துக் கொண்டிருக்க, அஜய் கோபம் கொண்டு அவளை அறைந்து விட்டான். எதுவும் பேசாமல் அனாமிகா கிளம்பிச் சென்றாள்.

அன்றிரவு அவள் நடந்ததை நினைத்து மாடியில் அமர்ந்து அழுது கொண்டிருந்தாள். உணவருந்த அழைப்பதற்காக அவளது அறைக்குச் சென்றார் Eliot. அப்போது அவளது mobile ringtone கேட்க, அதனருகே சென்று பார்த்தார். அஜய் கோபத்துடன் குறுஞ்செய்தி அனுப்பியிருந்தான். மாடிக்குச் சென்று மறைந்திருந்து அனாமிகாவைப் பார்த்தார். அவள் அழுது கொண்டிருந்தாள். சிறிது நேரத்திற்குப் பின் அனாமிகா கீழே சென்றவுடன், அவளுக்கும் Eliot மற்றும் flora இடையே பெரிய வாக்குவாதம் ஏற்பட்டது. வீட்டை விட்டு வெளியேறுமாறு Eliot கூற, கோபத்தில் அனாமிகாவும் தனது உடைமைகளையும் புத்தகங்களையும் எடுத்துக் கொண்டு வெளியேறினாள். அஜய்க்கு call செய்து பார்க்க, அவனது mobile switch off இல் இருந்தது. எங்கே செல்வது எனத் தெரியாமல், ரயில் நிலையம் அருகே சாலையில் இரவைக் கழித்தாள் அனாமிகா. இவை அனைத்தையும்

அனாமிகா சொல்லி முடிக்க, அவளது கண்களில் கண்ணீர் நிறைந்திருந்தது. "என்னோட அம்மா அப்பாவும் என்னை வெறுத்துட்டாங்க. அஜயும் என்னைப் புரிஞ்சுக்கல. நானே எங்க போறதுன்னு கூடத் தெரியாம ரோட்ல நிக்குறேன். நான் 3 கொல பண்ணேன்னு நீங்க சொல்றீங்க" என்று அழுதாள். சிறிது நேரம் அமைதி காத்த அனாமிகா, "இன்னும் 2 பேரு யாரு?" என்று அதிர்ச்சியில் கேட்டாள். பிரபு மீதமுள்ள புகைப்படங்களை அவளிடம் கொடுக்க, தனது தாய் தந்தையின் சடலங்களைக் கண்டு கதறி அழுதாள். அவளது அழுகை அனைவரையும் சோகத்தில் ஆழ்த்த, பிரபுவின் மனது சற்றும் இலகவில்லை. "உங்களுக்கு நடிப்பு மட்டும் தான் நல்லா வரும்னு நெனைச்சேன். ஆனா, story கூட நல்லா சொல்றீங்க madam" என்று கூறி நக்கல் செய்து, அவளது கன்னங்களை இறுக்கிப் பிடித்து," அஜய் உன்ன அடிச்சது, அப்பா சண்ட போட்டது, எல்லாத்துக்கும் சேத்து அவங்க 3 பேரயும் கொண்ணுட்ட. Book

படிச்சாளாம். வேற எதுலயும் interest வரலயாம். யாருக்கும் பிடிக்கலயாம். வீட்ட விட்டு வெளிய வந்துட்டாளாம். யாருக்கிட்ட கத விடுற? எங்கடி அந்த book?" என்று கத்தினார்.

அவள் தனது கைகளில் இருந்த புத்தகத்தை எடுத்து அவரது கண் முன் நீட்டினாள். சிறிது நேரம் அனைவரும் அவளது கைகளையே பார்த்துக் கொண்டிருக்க, பிரபு அவளைக் கன்னத்தில் அறைந்து, "என்னைப் பாத்தா லூசு மாதிரி தெரியுதா? book எங்கன்னு கேட்டா வெறும் கைய நீட்டுற" என்று கோபமாகக் கத்தினார். அனாமிகா அதிர்ச்சியுடன், "என் கைல இருக்குற book உங்க கண்ணுக்குத் தெரிலயா?" என்று கேட்டாள்.

அனாமிகா

EPISODE – 4

THE BOOK

"இந்த book உங்களுக்குத் தெரியலயா?" என்று அனாமிகா கேட்க, பிரபு அவளது கரங்களையே உற்று நோக்கிக் கொண்டிருந்தான். அனாமிகா தனது கையில் இருந்த புத்தகத்தைத் திருப்பித் திருப்பிப் பார்த்து மீண்டும் மீண்டும் பிரபுவிடம் கேட்டாள். அவர் பதில் கூறாமல் இருக்க, அனாமிகா எழுந்து சென்று அங்கிருந்த அனைவரிடமும் காட்டிக் கேட்டாள். யாருமே அதற்கு பதில் எதுவுமே சொல்லவில்லை. அவளுக்கு எதுவுமே புரியவில்லை. மீண்டும் மீண்டும் அனைவரிடமும் அவள் கேட்க, கோபம் கொண்ட பிரபு "வெறும் கையக் காட்டி எல்லாரையும் முட்டாள் ஆக்கிக்கிட்டு இருக்கியா?" என்று கத்தியபடி அவளது தலை முடியைப் பிடித்து இழுத்து சிறைக் கதவுக்குள் தள்ளிவிட்டார். "யாராவது தயவு செஞ்சு சொல்லுங்க please. இந்த book உங்களுக்குத் தெரியுதா, இல்லையா?" என்று கத்தி அழுதாள் அனாமிகா. அந்நேரம் பிரபுவின் table மீதிருந்த அஜய் mobile phoneல் notification சத்தம் கேட்டு பிரபு

தனது இருக்கைக்கு அருகே சென்று அதை எடுத்தார்.

அவரது முகம் முழுவதும் பதற்றத்தால் வியர்க்க ஆரம்பித்தது. அனைவரும் அவரருகே சென்று பார்க்க, SAY ME SORRY என்று ஒரு செய்தி முகப்புத் திரையில் காட்சியானது. அனைவரும் அதைப் பார்த்து பயத்துடன் இருக்க, பிரபு மெதுவாக அந்தக் குறுஞ்செய்தியைத் தொட்டார். தொட்டவுடன், Gallery passwordஐ உள்ளிடும் படி ஒரு திரை காட்சியானது. Password என்னவென்று தெரியாமல் பிரபு தயங்க, "என்ன சார் பெரிய password? எல்லாரும் birthday dateடை தான் வெச்சிருப்பாங்க" என்று constable கூற, அவனது பிறந்த தேதியை உள்ளிடும் படி பிரபு mobile phoneஐ சந்தியாவிடம் கொடுத்தார். அதை வாங்கி சந்தியா 0206 என்று அழுத்தினார். தவறான password என்று காட்டியது. அந்நேரம் இராமகிருஷ்ணன் சிறிது பதற்றத்துடன் சந்தியாவிடம் இருந்து mobile phoneஐ வாங்கி, சில நொடிகள்

சிந்தனைக்குப் பிறகு 0313 என்ற எண்களை அழுத்தினார். Gallery open ஆனது. அனைவரும் இனம் புரியாத பீதியுடன் தொடு திரையை பார்க்க, அதற்குள் ஒரே ஒரு வீடியோ காட்சி மட்டும் இருந்தது. பயம் கலந்த தயக்கத்துடன் இராமகிருஷ்ணன் அந்த வீடியோவை play செய்தார். அந்த வீடியோவில், அஜயின் அறை முழுவதும் இருட்டாக இருந்தது. மேஜையின் மீது இருந்த ஒரே ஒரு விளக்கு மட்டும் மின்னி மின்னி ஒளிர்ந்து கொண்டிருந்தது. அஜய் தனது கரங்களால் அவனது உடலையே கீறிக் கொண்டிருந்தான். அந்தக் காயங்களில் இருந்து இரத்தம் வெகுவாக வெளியேறியது. அவனே சுவரின் மீது முட்டிக் கொண்டான். அங்கும் இங்கும் தேடி இரண்டு பென்சில்களை எடுத்து வந்து தனது தலை முடியைப் பிடுங்கி சிலுவைப் போன்ற வடிவில் அவற்றைக் கட்டினான். அதைத் தலைகீழாகத் திருப்பித் தனது நெஞ்சிலே ஓங்கி மீண்டும் மீண்டும் குத்தினான். பின்னர் அவனது கைகளினாலே அவனது நெஞ்சைக்

கிழித்து வெறிகொண்டவன் போல் தனது இதயத்தைப் பார்த்துக் கொண்டிருந்தான். பின்னர் அந்தப் பென்சிலால் இதயத்தைக் குத்தி வெளியே எடுத்து, ஒரு புத்தகத்தின் மேல் குத்தி வைத்தான். திடீரென அவனது கரங்களில் மெழுகுவர்த்தி ஒன்று வந்தது. அதை ஒளிரச் செய்தான். சில நொடிகளில் கீழே விழுந்தான். அமைதி நிலவியது. திடீரென்று எழுந்து Mobile phoneனையே பார்த்தான். அவனது கண்களில் கருவிழிகள் இல்லாமல் இருந்தது. உடனே எழுந்து சென்று ஒரு காகிதத்தை எடுத்து அந்தப் புத்தகத்தின் மீது வைத்து இரத்தத்தைக் கொண்டு SAY ME SORRY என்று எழுதினான். பின்னர் தனது நெற்றியில் என்னவோ கீறி விட்டுக் கீழே விழுந்தான்.

இவை அனைத்தையும் பார்த்துக் கொண்டிருந்த அனைவரின் கண்களும் கலங்கியது. பயத்தில் உடல் முழுவதும் வியர்த்தது. சந்தியா கதறி அழ, ராமகிருஷ்ணனின் கரங்கள் நடுங்க, சில நொடிகளில் mobile phone அதிகமாக சூடாக,

அதைக் கையில் பிடிக்க முடியாமல் அவர் கீழே விட, விழுந்த சில நொடிகளில் mobile வெடித்துச் சிதறியது. இதை அனைத்தையும் பார்த்துக் கொண்டிருந்த அனாமிகா எதுவும் புரியாமல், "என்ன நடக்குதுனு யாராவது சொல்லுங்க please..." என்று கதறினாள். அவளுக்கு பதில் சொல்லும் நிலையில் அந்நேரம் அங்கு யாரும் இல்லை. அனைவரும் பயத்தில் எதுவும் பேச முடியாமல் உறைந்து நின்றனர். கதறி அழுது அழுது அமைதி நிலையை அடைந்தாள் அனாமிகா. கால்களைக் குறுக்கி அமர்ந்து முன்னர் நடந்தவற்றை நினைத்துப் பார்த்தாள். அவள் புத்தகம் படிப்பது பிடிக்காமல் அவளிடம் யாரும் கோபம் கொள்ளவில்லை. அவர்களது கண்களுக்கு அந்த புத்தகம் தெரியவில்லை என்பதால் தனியாக யாருடனும் பேசாமல் அமர்ந்திருப்பதாக நினைத்து கோபம் கொண்டுள்ளனர். அஜய் அன்று அவளை அறைந்ததற்கும் அதுவே காரணம் என்பதை உணர்ந்தாள் அனாமிகா.

யார் கண்களுக்கும் தெரியாத புத்தகம் அவளது கண்களுக்கு மட்டும் தெரிவது ஏன்? என்பது புரியாமல் தவித்தாள். அதற்கு விடை காண அவளது மனம் ஏங்கியது. அப்போது, இது மனிதத்தை மீறிய ஏதோ ஒரு சக்தி போலத் தெரிவதாக constable ஒருவர் பிரபுவிடம் கூறி, தனது தெருவில் இது போன்ற காரியங்களில் ஈடுபடும் பெண் ஒருவர் இருப்பதாகவும், இதற்கு அவரிடம் ஏதேனும் விடை கிடைக்கலாம் என்றும் கூறினார். சிறிது நேர சிந்தனைக்குப் பிறகு அந்தப் பெண்ணை வரச் சொல்லுமாறு கூறி விட்டுத் தனது இருக்கையில் சென்று அமர்ந்தார் பிரபு. அவரவர் தங்களது வேலைகளில் ஈடுபட, ராமகிருஷ்ணனையும் சந்தியாவையும் உறவினர் வீடு எங்காவது சென்று சில நாட்கள் இருக்கும் படியும் தேவைப்பட்டால் அழைப்பதாகவும் கூறி அனுப்பி வைத்தார் பிரபு. சிறிது நேரத்திற்குப் பின் constable அந்தப் பெண்ணை அழைத்து வந்தார். நடக்க முடியாமல் கம்பு ஊண்டி, கை

மற்றும் கழுத்தில் மந்திரிக்கப்பட்ட நிறைய கயிறுகளை அணிந்து கொண்டு, கன்னத்தில் மிகப் பெரிய தழும்புடன், கொடூரமான தோற்றத்தில் ஒரு 40 வயது மதிக்கத்தக்க பெண் வந்தார்.

அவர் பிரபுவின் முன்னால் வந்து நிற்க, பிரபு அவரையே பார்த்துக் கொண்டிருந்தார். அந்தப் பெண்ணை வணங்கும்படி constable பிரபுவுக்கு சைகை காட்ட, பிரபு அவரை வணங்க, தனது கையை அசைத்து அமர்ந்தார். அவரது பெயர் யச்சினி என்றும் மாந்திரீக காரியங்களில் கைதேர்ந்தவர் என்றும் constable பிரபுவிடம் கூறிப் பின்னால் நகர்ந்து நின்றார். பிரபு நடந்தவற்றை எல்லாம் அவரிடம் கூற, அவற்றை அமைதியாகக் கேட்டார் யச்சினி. அனைத்தையும் கேட்டு முடித்த பின்னர், சிறிது நேரம் அமைதி காத்து இவை நிச்சயமாக கடுங்கோபம் கொண்ட ஒரு ஆத்மாவின் செயாலாகத்தான் இருக்குமென்றும், அந்த ஆத்மா தனது நோக்கத்தை நிறைவேற்ற அனாமிகாவைத்

தேர்ந்தெடுத்திருக்க வேண்டும் என்றும் கூறினார். பிரபு புகைப்படங்களை அவரிடம் எடுத்துக் கொடுக்க, அவற்றை யச்சினி கூர்ந்து பார்த்தார். அப்போது தடவியல் நிபுணர் ஒருவர் பிரபுவிற்கு call செய்து கைரேகை சோதனையின் முடிவில், அவை அஜய், Eliot மற்றும் floraவின் கைரேகைகள் தான் என்றும் நகங்களில் இருந்த சதை அவர்களது சொந்த சதை என்றும் கூறினார். call cut செய்து விட்டுப் பிரபு யச்சினியையே பார்த்தார்.

"இவங்க நெத்தியில இருக்குற குறியீடு தீபன் எழுத்து. சூனியக்காரங்க உபயோகிக்கிற எழுத்து. ஆங்கிலத்துல இருக்குற மாதிரியே இதுலயும் 26 எழுத்து இருக்கு. இவங்க நெத்தில கீறி இருக்குறது 2 எழுத்து." என்று யச்சினி கூற, பிரபுவும் மற்ற போலீசாரும் அவரையே பார்த்துக் கொண்டிருக்க, அது "**CM**" என்று கூறினார் யச்சினி. "இந்த ரெண்டு எழுத்து அந்த ஆத்மாவோட பேரக் குறிக்கலாம். அந்த ஆத்மா யார கொல்றதுக்காக வந்துருக்கோ

அவங்களை குறிக்கலாம். என்னவா வேணா இருக்கலாம். அது அந்த ஆத்மாக்கு தான் தெரியும். நான் அந்த பொண்ண பாக்கணும்" என்று அவர் கூறி முடிக்க, அனாமிகாவை அழைத்து வருமாறு பிரபு constableக்கு சைகை செய்தார். Constable சென்று அவளை அழைத்து வந்தார். சிறிது நேரம் அவளையே மேலும் கீழுமாக உற்றுப்பார்த்தார். பின்னர் எழுந்து அவள் அருகே சென்று அவளது கூந்தலை முகர்ந்து பார்த்தார். அந்தப் புத்தகம் எங்கே என யச்சினி அனாமிகாவிடம் கேட்க, அனாமிகா புத்தகத்தை அவரது கண் முன் நீட்ட யச்சினிக்கும் அவளது கரங்கள் மட்டுமே தெரிந்தது. அத்தனை மாந்திரீக சக்திகள் அறிந்த யச்சினிக்கே அந்த புத்தகம் தென்படாதது அனைவரையும் அதிர்ச்சியில் ஆழ்த்தியது. "இந்த ஆத்மா பெருசா எதையோ தேடி வந்துருக்கு. இந்தப் புத்தகத்த நீ விரும்பி எடுத்துட்டு வரல. அதுதான் உன்ன தேர்ந்தெடுத்திருக்கு. அது உன்னை விடாது" என்று கூறி யச்சினி அங்கிருந்து நகர்ந்து செல்ல, பிரபு

அவருக்கு அருகே சென்று நின்றார். "இனிமே இதுல நீயோ நானோ எதுவும் பண்ண முடியாது. நடக்கறது நடக்கும்" என்று கூறிவிட்டு யச்சினி சென்றுவிட்டார்.

அனாமிகாவை சிறைக்குள் வைத்துப் பூட்டுமாறு constableளிடம் பிரபு கூற, அவளது அருகில் செல்ல பயந்து அனைவரும் அசையாமல் நின்றனர். கோபம் கொண்ட பிரபு விரைந்து அவளது அருகே வந்து அவளது தலைமுடியைப் பிடித்து சிறைக்குள் தள்ள முற்பட, "Excuse me, Mr.பிரபு" என்று அழைத்துக் கொண்டே வக்கீல் ஒருவர் உள்ளே வந்தார். பிரபு திரும்பிப்பார்க்க, அவர் அனாமிகாவின் தலைமுடியைப் பிடித்து இருந்ததை அந்த வக்கீல் தனது mobile phoneல் போட்டோ எடுத்தார். உடனே பிரபு அனாமிகாகை விட்டுவிட்டு அந்த வக்கீலின் அருகே சென்று, "யார் நீங்க? எதுக்கு photo எடுத்தீங்க?" என்று அதட்டினார். "I am advocate, அகரமுதல்வன். நான் அனாமிகாவோட family lawyer. எதுக்காக அவங்களை இப்படி

துன்புறுத்துறீங்க?" என்று வக்கீல் கேட்க, "மூன்று கொல பண்ணியிருக்கா, இவளால வெளியவே வர முடியாது. Time waste பண்ணாம வேற ஏதாவது case இருந்தா போய் பாருங்க" என்று பிரபு கூறினார். "Evidence இருக்கா?" என்று அகரமுதல்வன் கேட்க, எதுவும் பேசமுடியாமல் தடுமாறினார் பிரபு.

இருவருக்கும் இடையே சிறிது நேரம் வாக்குவாதம் தொடர்ந்தது. அனாமிகாவை வெளியே விடாவிட்டால் பிரபுவின் மீது வழக்குத் தொடுக்கப் போவதாக அகரமுதல்வன் கூற, மற்ற போலீசாரின் அறிவுரையை கேட்டு அனாமிகாவை விடுவிக்க பிரபு ஒப்புக் கொண்டார். அனாமிகா தனது உடமைகளை எடுத்துக்கொண்டு கிளம்ப, "நீ உன் friend யார் வீட்டுலயாவது போய் safeஆ இருமா. நானே வந்து உன்னப் பாக்குறேன்" என்று கூறிவிட்டு அகரமுதல்வன் செல்ல, அனாமிகாவும் கிளம்பினாள்.

அகரமுதல்வனையும் அனாமிகாவையும் கண்காணிக்கும் படி தனித்தனியே 2 constableகளை அவர்களின் பின்னால் அனுப்பி வைத்துவிட்டு அகரமுதல்வனைப் பற்றி விசாரிக்கும் படி ஒரு போலீசாரிடம் கூறினார் பிரபு. சிறிது நேரத்திற்குப் பின்," சார்... நீங்க சொன்ன மாதிரி அந்த வக்கீல follow பண்ணிட்டு வந்தேன் சார். அவரு நம்ம station பக்கத்துல இருக்குற சுடுகாட்டுக்குப் போய் ஏற்கனவே இருந்த ஒரு குழிக்குள்ள படுத்துக்கிட்டாரு. அந்தக் குழி தானா மூடிக்கிச்சு சார்." என்று பதற்றத்துடன் கூறினார்.

அந்நேரம் ஒரு போலீசார் "சார் சார்" என்று கத்த callஐ cut செய்துவிட்டு அவரருகே பிரபு செல்ல, "இங்க பாருங்க சார், அந்த அகரமுதல்வன் 3 வருஷத்துக்கு முன்னாடியே ஒரு accidentல இறந்துட்டார்" என்று கணினியில் அகரமுதல்வனின் சடலப் புகைப்படத்தை காட்டினார்.

அனாமிகா

EPISODE – 5

DON'T FOLLOW HER

அகரமுதல்வனின் சடலப் புகைப்படத்தைப் பார்த்து பிரபு மற்றும் பிற போலீசாரும் பயம் கொண்டிருந்தனர். எந்த வேலையிலும் ஈடுபட முடியாமல் அனைவரும் அச்சம் கொண்டிருந்தனர். சிறிது நேரத்திற்குப் பின், பிரபு வீடு செல்வதற்காகக் கிளம்பினார். வெளியே சென்று அவரது காரை start செய்ய முற்பட, கார் சாவி கீழே விழுந்தது. அதை எடுக்கக் கீழே குனிந்த போது, தலை இல்லாத காகம் ஒன்று அவரது கண் முன்னால் வந்து விழுந்தது. அச்சம் கொண்டு கண்களை மூடிக் கொண்டு சாவியை விரைந்து எடுத்து start செய்தார். சிறிது நேரம் கழித்து, வீட்டிற்குச் சென்று விளக்குகளை on செய்ய முயன்றார். விளக்குகள் ஒளிரவில்லை. இருட்டாக இருந்தது. காலணிகளைக் கழற்றி விட்டு, மெழுகுவர்த்தியினை ஏற்றி மேஜை மீதிருந்த குவளையினை எடுத்துத் தண்ணீர் அருந்தினார். அவரைத் தவிர வேறு யாரோ அங்கிருப்பது போல உணர்ந்தார். திடீரென மெழுகுவர்த்தி அணைந்தது. அதனருகே சென்று மீண்டும்

ஒளிரச் செய்ய, அந்த வெளிச்சத்தில் அவருக்கு மிக அருகில் கண் இமைகளை அசைத்தால் உரசிக் கொள்ளும் படியான தொலைவில் அகோரமான தோற்றத்தில் ஒரு உருவம் நின்றது.

அதைக் கண்டு பயத்தில் அலறியபடி பிரபு பின்னால் நகர, மேஜை மீது இடித்துக் கீழே விழுந்தார். அந்த உருவம் குனிந்து அவரது எதிரே வந்து, "Don't follow her" என்று மெதுவாகக் கூறியது. அவர் பயத்தில் கத்த, அந்த உருவம் தனது நகம் கொண்டு பிரபுவின் தொண்டையில் குத்தியது. உடல் முழுவதும் கீறியது. அந்தக் காயங்களில் இருந்து இரத்தம் பெருகியது. அவரது உடலில் இருந்து உயிர் மெல்ல மெல்லப் பிரிந்தது. அந்த உருவம் மங்கலாக பிரபுவின் கண்களில் தெரிய, அது அவரது காதுக்கு அருகே சென்று "don't follow her" என்று கத்தியது. அந்த சத்தம் பிரபுவின் காதுகளில் தாங்க முடியாத வலியை உருவாக்கியது. உள்ளிருக்கும் நரம்புகள் அறுந்து இரத்தம் கசிய, வலி தாங்க

முடியாமல் பிரபு அலற, திடீரென்று வலி இல்லாமல் போனது, அந்த உருவம் மறைந்து போனது, இருள் விலகி ஒளி படர்ந்தது. எதுவும் புரியாமல் சுற்றிலும் பிரபு பார்க்க, "என்னாச்சு சார்?" என்று குரல் கேட்டுத் திடுக்கிட்டார்.

தனது அருகில் நின்று கொண்டிருந்த constableஐ பிரபு உற்றுப் பார்க்க, "என்னாச்சு சார்? கனவு கண்டீங்களா? நீங்க கத்தவும் என்னவோ ஏதோன்னு பயந்தே போயிட்டோம்" என்று கூறினார் constable. பிரபு அமைதியாக இருக்க, "எதுவும் நெனைக்காம வீட்டுக்குப் போய் தூங்குங்க சார்" என்று கூறி நகர்ந்து சென்றார் அவர். அது கனவு என்று தெரிந்த பின்னரும் சிறிது நேரம் பிரபு பதற்றத்துடன் இருந்தார். அப்போது அவரது mobile phone notification சத்தம் கேட்டு எடுத்தார். அனாமிகாவை பின்தொடர்ந்து சென்ற constable இரத்த வெள்ளத்தில் இறந்து கிடக்கும் புகைப்படம் whatsappல் வந்திருந்தது. Mobile number ஏதும் இல்லாமல் don't follow her என்று அந்த contact name இருந்தது. சில நொடிகளில் குரல் செய்தி ஒன்று வந்தது. அதை அவர் play செய்ய, "Don't follow her" என்று கனவில் கேட்ட குரல் கேட்டது. பயம் கொண்ட பிரபு, "அவள follow பண்ணிட்டுப் போன constable முருகன் இறந்துட்டாரு." என்று மற்ற போலீசாரிடம் கூறி, சடலத்தை மீட்டு பிரேதப் பரிசோதனைக்கு அனுப்புமாறு கூறிவிட்டு வீட்டிற்குக் கிளம்பினார்.

அதே போல் சாவி கீழே விழ, காகம் வந்து முன்னால் விழ, பயந்து போய் காரினுள் ஏறி அமர்ந்து வீட்டிற்கு செல்லலாமா? வேண்டாமா? என பிரபு யோசித்துக் கொண்டிருக்கும் வேளையில், காரை சுற்றியும், காரின் மீதும் பல காகங்கள் வந்து அமர்ந்து கத்தியது. கண்ணாடியின் முன் இருந்த ஒரு பெரிய காகம், "don't follow her" என்று கத்துவது போல பிரபுவிற்குத் தெரிய, அவர் steeringஐ தட்டியபடி, "ஆஆ..." என்று அலறினார். வெளியில் நின்று கொண்டிருந்த போலீஸ் ஓடி வந்து "என்னாச்சு சார்?" என்று கேட்க, "இந்த

காக்கா தொல்ல பண்ணுது" என்று எரிச்சலாக கூறினார் பிரபு. "காக்காவா? எங்க சார் இருக்கு?" என்று அவர் கேட்க, பிரபுவுக்கு பயத்தில் வியர்த்துக் கொட்டியது. வேகமாக இறங்கி உள்ளே சென்று அனாமிகாவை இதற்கு மேல் யாரும் பின் தொடர வேண்டாம் என்றும், அவர்களது இல்லங்களைத் தயார் செய்து இராமகிருஷ்ணன் மற்றும் சந்தியாவை அவர்களது இல்லத்திலேயே தங்கிக் கொள்ளும்படி சொல்லி விடுமாறு கூறிவிட்டு வெளியே சென்றார் பிரபு.

காருக்குள் ஏறி உட்கார்ந்த பிறகு அந்தப் பெரிய காகம் "don't" என்று ஆரம்பிக்க, "I won't follow her... I won't" என்று கத்தினார் பிரபு. சிறிது நேரம் அவரையே பார்த்திருந்து விட்டு, "I won't follow you" என்று மெல்லிய குரலில் கூறிவிட்டு பறந்து சென்றது. பின்னாலே மற்ற காகங்களும் பறந்து சென்றன. பிரபு காரை start செய்து வீட்டிற்குச் சென்று பயந்து கொண்டே உள்ளே சென்றார். மெதுவாக விளக்குகளை

on செய்ய switchஐ தொட்டார். விளக்குகள் ஒளிர்ந்தது. பெரு மூச்சுடன் ஓய்வெடுத்து உறங்கினார். அந்நேரம் ரயில் நிலையத்தில் யாருமற்ற நிலையில், கண்கள் முழுவதும் கண்ணீருடன், ஆருயிர் தந்தை, அன்பு தாய், கனவுக் காதலனை இழந்த வலியுடன், எங்கு செல்வதெனத் தெரியாமல், எதுவும் செய்ய முடியாத பேதையாக தனிமையில் அமர்ந்திருந்தாள் அனாமிகா. இந்தப் புத்தகத்தால் தான் எல்லாமே என்று நினைக்கும் போது அதன் மீது வெறுப்பாக வந்தது. அதைத் தூக்கி ரயில் தண்டவாளத்தில் எறிந்தாள். கதறி அழுதாள். தொண்டை அடைத்துக் கொள்வது போல வலித்தது. அருகில் இருந்த கடைக்குச் சென்று தண்ணீர் வாங்கினாள். கொஞ்சம் அருந்திய பின், நீண்ட பெருமூச்சு விட்டாள். பணம் கொடுப்பதற்காகத் தனது பையைத் திறக்க, அந்த புத்தகம் உள்ளே இருப்பதைக் கண்டு ஏங்கி அழுதாள். பணத்தை எடுத்துக் கொடுத்து விட்டு அருகிலிருந்த இருக்கையில் அமர்ந்து அழுதாள்.

தன்னைச் சேர்ந்தவர்களை பறித்துக் கொண்ட பின்னும் தன்னிடமிருந்து என்னதான் தேவைப் படுகிறது என புத்தகத்தை நோக்கிக் கேள்வி கேட்டு அழுதாள். அழுது கொண்டே யச்சினி பேசியதெல்லாம் நினைவு கூர்ந்தாள். தனது கேள்விகளுக்கெல்லாம் விடை தெரிய வேண்டும் எனில் **3.13** பற்றியும் **CM** என்று அர்த்தம் கொண்ட குறியீடு பற்றியும் அறிந்து கொள்ள வேண்டுமெனத் தெளிவு பெற்றாள். பிரபு தன்னிடம் புகைப்படத்தைக் காட்டும் போது துக்கத்தில் அந்தக் குறியீட்டை சரியாக கவனிக்கவில்லை என்பதால் சடலத்தைப் பார்க்க வேண்டும் என்று மருத்துவ மனைக்குச் சென்றாள். சடலத்தை ஒரு தம்பதியினர் வாங்கிச் சென்றதாக அங்கு கூற, விரைந்து மயானத்திற்குச் சென்றாள். அங்கே ராமகிருஷ்ணனும் சந்தியாவும் அஜய், Eliot, மற்றும் floraவின் சடலங்களை எரித்து கொண்டிருந்தனர். அங்கே மறைந்து நின்று கதறி அழுதாள். தனக்கு

உரிய அனைத்தும் அங்கே எரிந்து கொண்டு இருப்பதை அவளால் சற்றும் சகித்துக் கொள்ள முடியவில்லை.

அவளது மனதிற்குள் எண்ணிலடங்காக் கேள்விகள். அருகே இருந்த மரத்தின் அடியே சென்று அமர்ந்தாள். புத்தகத்தை விரித்துப் படிக்க ஆரம்பித்தாள். கண்களில் கண்ணீர் வந்து அவளைப் படிக்க விடாமல் செய்தது. சபலப் பட்ட மனதுடன் அவளால் படிக்க முடியவில்லை. சிறிது நேரத்திற்குப் பின்னர், மீண்டும் முதல் பக்கத்திலிருந்து படிக்கத் தொடங்கினாள். மாந்திரீகம் மற்றும் மந்திர தந்திரங்கள் பற்றி முற்றிலுமாக அறிந்த தம்பதியினர் தனது சக்திகளை நன்மையான காரியங்களுக்காகப் பயன்படுத்தி வந்ததைப் பற்றியும் அவர்கள் வசித்த Mayang எனும் கிராமத்தில் மாந்திரீகத்தைத் தீய வழியில் பயன்படுத்திய ஒரு வாலிபப் பெண்ணை அந்தத் தம்பதியினர் பல விதப் போராட்டங்களுக்குப் பின்னர் வேறு வழி இன்றிக் கொலை செய்ததைப் பற்றியும்

அந்த வாலிபப் பெண்ணின் மாந்திரீகம் அறிந்த தாயார் அவளது பெண்ணுக்கு மறுபிறப்பு அளிப்பதற்காக கடுமையான யாகங்கள் வளர்த்து மறுபிறப்பு அளிப்பதற்கு முன்னர் தம்பதியினரை வதம் செய்யச் சபதம் ஏற்றது பற்றியும் அந்தக் கதை அமைந்திருந்தது.

அதை முழுவதுமாகப் படித்து முடித்த பின்னர் கடைசி பக்கத்தில்  என்று எழுதியிருந்தது. அதில் கடைசி இரண்டு எழுத்துகள் எங்கேயோ பார்த்தது போல் இருந்தது அவளுக்கு. தனது இடது பக்க தோளில் உடையை விலக்கிக் கொண்டு பார்த்தாள். அவளது விழிகள் இரண்டும் விரிந்தது. உடல் முழுவதும் நடுங்கியது. அவளது இடது தோளிற்க்கும் மார்புக்கும் நடுவில்  என்ற கருப்பு நிறக் குறியீடு இருந்தது. மிகவும் பயந்தாள். தன்னைச சுற்றி நடப்பதெல்லாம் கண்ணம்பூச்சி ஆட்டமாக இருப்பதை நினைத்து அழுது புலம்பினாள்.

யச்சினியின் வீட்டைத் தெரிந்து கொள்வதற்காக போலீஸ் ஸ்டேஷனுக்குச் சென்றாள். அங்க அனைவரும் அவளைக் கண்டு பயந்தனர். அவர்களை அவள் எதுவும் செய்ய மாட்டாள் என்று புரிய வைக்க முயற்சித்தாள். கதறி அழுதாள். கெஞ்சினாள். யாரும் பதில் கூறவில்லை. அவள் கூறுவதைக் கேட்டார்களா என்பது கூடத் தெரியவில்லை. பயத்தால் நடு நடுங்கிப் போய் அனைவரும் உறைந்து நின்றனர்.

அவர்களிடம் கேட்பதில் எந்தப் பயனும் இல்லை என்பதனைப் புரிந்து கொண்ட அனாமிகா அங்கிருந்து வெளியே சென்று அதே தெருவில் சிலரிடம் விசாரித்தாள். இரவு நேரமானதால் வெகு சிலரே வெளியில் இருந்தனர். யச்சினியின் மீது பயம் கொண்டிருந்த காரணத்தினால் அவர்களும் சரியாக எந்தத் தகவல்களையும் கூறவில்லை. வெகு நேரத்திற்குப் பின்னர் நள்ளிரவு வேளையில் அலைந்து திரிந்து யச்சினியின் வீட்டைக் கண்டறிந்தாள்

அனாமிகா. வீட்டின் கதவைத் தட்டுவதற்காகக் கையை கொண்டு செல்ல, அந்நேரம் சரியாக் கதவைத் திறந்தார் யச்சினி. "நீ என்னைத் தேடி வருவன்னு எனக்குத் தெரியும்" என்று கூறி உள்ளே அழைத்துச் சென்றார். வீட்டின் உள்ளே மரக்கட்டையால் ஆன பொம்மைகள் பல இருந்தன. எலும்புக்கூடுகள், ஆங்காங்கே மந்திரிக்கப்பட்ட கயிறுகள் எனப் பார்ப்பதற்கே பயமாக இருந்தது யச்சினியின் வீடு.

யச்சினியிடம் தனது உடலில் இருந்த குறியீட்டைக் காட்டி," அவங்க நெத்தியில இந்த symbolஆ இருந்தது?" என்று கேட்டாள். யச்சினி ஆம் என்பது போல் தலையசைக்க, வேகமாகப் புத்தகத்தை திறந்து கடைசிப் பக்கத்தை யச்சினியிடம் காட்டினாள். "உன்னத் தவிர வேற யார் கண்ணுக்கும் இந்த book தெரியாதுன்றத மறந்துட்டியா?" என்று யச்சினி கேட்க, "இதுல என்னவோ எழுதிருக்கு. அது என்னன்னு எனக்குத்

தெரியணும். இத எப்படி நான் உங்ககிட்டக் காட்டுறது?" என்று அழுதுகொண்டே கேட்டாள் அனாமிகா. ஒரு வெள்ளைத் துணியையும் கருப்பு நிற மையினையும் அனாமிகாவிடம் எடுத்துக் கொடுத்து அதில் எழுதும்படிக் கூறினார் யச்சினி. அனாமிகா அந்தப் புத்தகத்தைப் பார்த்துப் பார்த்து வெள்ளைத் துணியில் எழுதினாள். அவள் எழுதி முடித்துவிட்டு யச்சினியையே பார்க்க, யச்சினி கண் சிமிட்டாமல் அந்த எழுத்துக்களையே பார்த்துக் கொண்டிருந்தார். "இதுக்கு என்ன அர்த்தம்?" என்ற அனாமிகா தயங்கியபடி கேட்க. **"A Book by CM"** என்று கூறினார் யச்சினி.

அனாமிகா

EPISODE – 6

I,M SORRY

"A Book by CM" என்பதைக் கேட்டு எதுவும் புரியாமல், பேச முடியாமல் நின்றாள் அனாமிகா. அவளது உடலில் இருந்த குறியீட்டை மெதுவாகத் தொட்டுப் பார்த்தார் யச்சினி."இது உன் உடம்புல எப்ப இருந்து இருக்கு?" என்று யச்சினி கேட்க, "எனக்குத் தெரிஞ்சு சின்ன வயசுல இருந்தே இருக்கு" என்றாள் அனாமிகா. "இது என்னனு உங்க அம்மாட்ட கேட்டது இல்லையா?" என்று அவர் கேட்க, "ஒரு தடவ கேட்டுருக்கேன். மச்சம்னு சொன்னாங்க. அதுக்கு அப்பறம் நானும் எதுவும் கேட்டது இல்ல. daily குளிக்கும் போது மட்டும் பாப்பேன். யாரும் பாக்க முடியாத எடத்துல இருக்குறதால பெருசா அத நான் கண்டுக்கல." என்று அனாமிகா சொல்லி முடிக்க யச்சினி மெல்லப் புன்னகை செய்து, "இது நீ பொறந்தப்போவே உனக்கு இருந்துருக்கணும். அந்த ஆத்மா தன்னோட நோக்கத்த நெறவேத்திக்க உன்னத் தேர்ந்து எடுத்துருக்குன்னு நெனச்சேன். ஆனா, அது தப்பு. அந்த ஆத்மாவோட நோக்கத்துக்கும் உனக்கும் எதோ நெருக்கமான தொடர்பு

இருக்கு. அப்படி இல்லனா அதோட நோக்கமே நீயா கூட இருக்கலாம்." என்று கூறினார் யச்சினி.

இதைக்கேட்டு அதிர்ச்சி அடைந்த அனாமிகா, "என்ன சொல்றீங்க அப்போ இந்த **CM** தான் அந்த ஆத்மாவா?" என்று பயத்துடன் கேட்க, "நிச்சயமா இல்ல. உன் உடம்புல இந்த எழுத்து இருக்குனா உனக்கும் அந்த **CM**-க்கும் தொடர்பு இருக்கு. **CM** ஆத்மாவா இருந்தா, தனக்கு நெருக்கமான உனக்கு இத்தனை கஷ்டத்த கண்டிப்பா குடுத்திருக்காது. என்னோட கணிப்புப்படி அந்த ஆத்மாவோட நோக்கம் **CM**, இல்லனா நீ. அப்படி இல்லனா ரெண்டுமே." என்று கூறி அனாமிகாவையே சில நொடிகள் பார்க்க, அவள் பேச வார்த்தைகள் இன்றி உறைந்து நின்றாள். என்ன செய்வதெனத் தெரியாமல் அனாமிகா திணற, அவளது கண்களில் கண்ணீர் கசிந்தது. "நான் இருக்கேன்" என்று கூறி அவளது கண்ணீரைத் துடைத்து அவளைக் கீழே அமர வைத்துத் தானும்

கீழே அமர்ந்தார் யச்சினி. அனாமிகாவின் கரங்களைப் பிடித்து அங்கே இருந்த கத்தியை எடுத்து அவளது இடது கை கட்டை விரலில் வேகமாகக் கீறினார். வலியில் கத்திக் கொண்டே கையைப் பிடுங்கிக் கொண்ட அனாமிகா யச்சினியை வெறுப்புடன் பார்த்தாள்.

அனாமிகாவின் விரலில் இருந்து இரத்தம் கொட்ட, "உன் உடம்புல இருக்குற குறியீட்ட உன் ரத்தத்தால இந்தத் தகடுல எழுது" என்று கூறித் தங்க நிறத் தகடு ஒன்றை அவளிடம் நீட்டினார் யச்சினி. தயங்கியபடி அனாமிகா அந்தத் தகட்டில் எழுத, சில நொடிகளில் அந்தத் தகடு மேலே பறந்து சுழன்றது. யச்சினியின் வீட்டில் இருந்த அனைத்தும் அங்கங்கே பறந்தது. காற்று ஒரு வித சத்தத்துடன் வீசியது. அனாமிகா பயந்து யச்சினியின் மீது சாய்ந்து அவளது கரங்களைப் பற்றிக் கொண்டாள். சிறிது நேரத்தில் அங்கிருந்த குங்குமம் பறந்து ஒரு உருவம் போல் உருவாகி "SAY ME SORRY" என்று கத்தியது.

அனாமிகா அச்சத்தில் கரங்களால் கண்களை மூடிக் கொண்டாள். அந்தத் தகடு உடைந்து சுக்கு நூறாகச் சிதறியது. அதில் ஒரு பெரிய துகள் வந்து யச்சினியின் தொண்டையில் குத்தியது. அவரது உடலில் இருந்து இரத்தம் பெருக, அனாமிகா பயத்தில் அலறினாள். சில நொடிகளில் சத்தம், காற்று அனைத்தும் அடங்கியது. ஆனால் யச்சினியின் இரத்தம் மட்டும் அடங்காமல் பெருக்கெடுத்தது.

"நான் உயிரோட இருக்க மாட்டேன். நீ போ. அந்த ஆத்மாவை நீயே தேடி போ. நான் இல்லாம போனாலும் என்னோட ஆசி எப்பவும் உன் கூடயே இருக்கும். போ" என்று பேச முடியாமல் தழு தழுத்த குரலில் கூறினார் யச்சினி. "எங்க போவேன்? யார்கிட்ட கேப்பேன்? என்ன பண்ணுவேன்?" என்று அவரது கைகளைப் பிடித்துக் கொண்டு கதறி அழ, "உன்னால அந்தப் புத்தகத்த எனக்கு வேகமா வாசிச்சுக் காட்ட முடியுமா?" என்று மெல்லக் கேட்டார் யச்சினி. முடியும் என்பது போல் விரைந்து

தலையசைத்த அனாமிகா, புத்தகத்தை எடுத்து விரைவாக வாசித்துக் காட்டினாள். அவள் வாசிப்பதற்கு இடையூறாக எண்ணற்ற செயல்கள் நடந்தேறியது. அவை அனைத்தையும் கடந்து வாசித்து முடித்தாள். மரணத்துடன் போரடியபடி அனைத்தையும் கேட்ட யச்சினி மெல்லிய புன்னகையுடன், "இதுலயே எல்லாமே இருக்கு. நீதான் கவனிக்கல. சரி போட்டும். உன்னோட எல்லாக் கேள்விகளுக்கும் பதில் mayangல்ல இருக்கு. அங்க போ." என்று சொல்லிக் கொண்டே தனது வலது கையை நீட்டி என்னவோ முணுமுணுத்தார். அந்தரத்தில் கருப்பு நிறக் கயிறு ஒன்று தென்பட்டு சுழன்றது. அது மெல்ல மெல்ல சுழன்றபடி யச்சினியை நோக்கி வந்தது. அவர் அதைக் கையில் பிடித்துத் தனது நெற்றியின் அருகே வைத்து ஏதேதோ மந்திரங்களை உச்சரித்து, பின் அதனை தன் கண்களில் வைத்து ஒற்றிக் கொண்டு பின் அனாமிகாவை நோக்கி நீட்டினார். அவள் அதை வாங்க முற்பட, கையை நீட்டும் படி சைகை செய்தார். அனாமிகா

தனது இடது கரத்தை நீட்ட, அவளது முழங்கைக்கு மேலே அந்தக் கயிற்றைக் கட்டி சில மந்திரங்களை உச்சரித்தார். அனாமிகா கண்களில் கண்ணீர் சிந்த, "நான் பயின்ற கல்வி, எனது சக்திகள், மந்திர தந்திரங்கள் அனைத்தையும் ஒன்று சேர்த்து ஒரு ரட்சையாக உனக்கு கட்டி இருக்கிறேன். இது என்றென்றும் உன்னைக் ரட்சிக்கும்" என்று அவளது தலை மீது கரத்தினை வைத்து ஆசி வழங்கினார் யச்சினி. அனாமிகா அழுது கொண்டே யச்சினியின் கரங்களை அழுத்தமாகப் பற்ற, "இதுக்கு மேல என்னால உயிர் பிழைக்க முடியாது. நீ என்ன செய்யனும்னு உனக்கு தெரியும். எத்தனை தடை வந்தாலும் தயங்காத. உனக்கு ஒன்னும் ஆகாது. கிளம்பு" என்று அவளிடம் கூற, அனாமிகா மெல்ல எழுந்து யச்சினியின் பாதங்களை தொட்டு வணங்க, யச்சினி தனது வலது கரத்தினை மெல்ல உயர்த்தி அவளை வாழ்த்தி விட்டு சில நொடிகள் புன்னகையில் உறைந்து, அவளையே பார்த்தார்.

மறு கணம் அவரது உயிர் உடல் விட்டுப் பிரிந்தது. கண்கள் மூடாமல் அனாமிகாவையே பார்த்தபடி இருக்க, அருகில் சென்று தனது கரங்களால் யச்சினியின் கண்களை மூடி விட்டு அவரது தலையில் கை வைத்து, "I'm Sorry" என்று கூறி அழுதாள். அவளது கண்ணீர்த் துளி ஒன்று யச்சினியின் நெற்றியில் விழ, அவரது உடல் சிறு சிறு துகள்களாக உருமாறி காற்றோடு கலந்தது. தன்னால் இன்னொரு உயிர் பறிபோனதை நினைத்துக் குற்ற உணர்ச்சியில் கதறி அழுதாள். அப்போது அவளது முன்னால் ஒரு உருவம் தோன்றி அவளுக்கு மிக அருகில் வந்து சிரித்தபடி "எனது முதல் வெற்றி" என்று கூறிச் சத்தமாக சிரித்தது. அனாமிகா பயத்தில் கண்களை மூடிக் கொண்டாள். "வா என்னைத் தேடி வா" என்று கூறியபடி அந்த உருவம் மறைந்து போனது. சில நொடிகளுக்கு பின்னர் அங்கிருந்து கிளம்பிய அனாமிகா, தன்னை மறந்து எதோ ஒரு திசையில் நடந்தாள். பசி தூக்கம்

அனைத்தையும் மறந்து நடந்தாள். நடந்து கொண்டே இருந்தாள். அதிகாலை நேரமானது. கால்கள் வலியெடுக்க மரத்தடியில் ஒரு கல்லின் மீது அமர்ந்தாள். அப்போது அங்கே அருகில் இருந்த ஒரு குடிசைகதுள் இருந்து வயது முதிர்ந்த மூதாட்டி ஒருவர் வெளியே வந்து அவளையே உற்று பார்த்தார். அவளது அருகில் வந்து அவளை ஒரு விரலால் மெதுவாகத் தொட்டு பார்த்தார். அனாமிகா எதுவும் பேசாமல் அவரையே பார்க்க, "இப்போவே சோர்ந்து போனா எப்படி? இன்னும் நீ போக வேண்டிய தூரம் நெறைய இருக்கு" என்று கூறினார்.

அனாமிகாவிற்கு அழுகையாக வந்தது. காத்திருக்கும் படி சைகை செய்து விட்டுக் குடிசைக்குள் சென்று செம்பு ஒன்றில் தண்ணீர் எடுத்து வந்து அனாமிகாவிடம் கொடுத்து, "தீராத தாகத்தத் தீக்கப் போற நீ தாகத்தோட இருக்கக் கூடாது" என்று கூறினார். அவளுக்கு எதுவும் புரியவில்லை. அதை வாங்கி அருந்திவிட்டு

அவரிடமிருந்து விடை பெற்று மீண்டும் நடக்க ஆரம்பித்தாள். சிறிது நேரத்திற்குப் பிறகு, ரயில் நிலையத்தை அடைந்தாள். அதிகாலை என்பதால் ஆள் நடமாட்டம் இல்லாமல் இருந்தது. ஒரு இருக்கையில் அமர்ந்தாள். நடந்த களைப்பும், எதுமற்ற வருத்தமும் அவளை நிலைகுலையச் செய்தது. தன்னை அறியாமல் கண்களை மூடி நித்திரை கொண்டாள். சில நொடிகள் கூட உறங்கியிருக்க மாட்டாள். ஒரு உருவம் கண் முன் தோன்றி, "என்னிடம் வந்து நீங்காத் துயில் கொள்" என்று கூற, திடுக்கிட்டு விழித்துக் கொண்டாள். அப்போது அவளது கண் முன் மிக அருகாமையில் கிழிந்த ஆடையுடன் பைத்தியம் போன்ற தோற்றத்தில் ஒரு மனிதன் நின்று கொண்டிருந்தான். பயம் கொண்டு எழுந்து பின்னால் விலகி நின்றாள் அனாமிகா. "பயந்துட்டியா?" என்று சொல்லிச் சிரித்தான் அவன். அவள் தனது உடைமைகளை எடுத்து கொண்டு அங்கிருந்து கிளம்ப, "ஏய் லூசு..." என்று அவன் அழைக்க, நின்று அவனைத்

திரும்பிப் பார்த்து, "நானா?" என்று தயக்கத்துடன் கேட்டாள். "இந்தா. இத எடுக்காமப் போற..." என்று கூறி சுருட்டிக் கட்டப்பட்டிருந்த ஒரு காகிதத்தைக் கொடுத்தான். "இது என்னோடது இல்ல" என்று கூறி அனாமிகா முன்னால் செல்ல, ஓடி வந்து அவளது முன்னால் நின்று, "உன்னோடது தான் லூசு... எடுத்துட்டு போ" என்று கத்தினான்.

வாங்கிக் கொள்ளவிடில் மீண்டும் மீண்டும் கொடுத்துத் தொல்லை செய்வான் என்பதால் வாங்கிக் கொண்டு முன்னால் நடந்தாள். மீண்டும் ஓடி வந்து முன்னால் நின்றான். "என்ன வேணும்?" என்று அனாமிகா கோபமாகக் கேட்க, "மறந்துட்டுப் போறன்னு எடுத்துக் குடுத்தா, thanks கூட சொல்லாம போற.... லூசு" என்றான். தனது கைகளை தலைக்கு மேல் கூப்பி, "ரொம்ப thanks" என்று கூறி விட்டு நிற்காமல் சிறிது தூரம் நடந்து சென்று அவன் வருகிறானா என்று நின்று பின்னால் திரும்பிப் பார்த்தாள். அப்போது அவளுக்கு

எதிர் புறமாக ரயில் ஒன்று வர, அவன் அந்த ரயிலை நோக்கி தண்டவாளத்தில் ஓடிக் கொண்டிருந்தான். அவள் அதிர்ச்சியில் கத்த, அவன் அவளைத் திரும்பிப் பார்த்து சிரிக்க, ரயில் அவனது மேல் மோதியது. அனாமிகா அந்த இடத்திற்கு விரைந்து ஓடினாள். ரயில் சென்றவுடன் பார்த்தால், அங்கு எந்த உடலும் இல்லை. "ரயில் வர நேரம். இப்படி தண்டவாளம் பக்கத்துலலாம் நிக்கக் கூடாதுமா" என்று கூறியவாறு பெரியவர் ஒருவர் அவளது அருகே வர," இப்போ இங்க ஒருத்தர் train முன்னால விழுந்தாரு" என்று கூறிக் கொண்டே அங்கும் இங்கும் தேடினாள். "அப்படி யாரும் விழுகலையேமா. கனவு எதாவது கண்டுருப்ப. நீ விழுந்துறாத" என்று கூறிச் சென்றார் பெரியவர். அவள் அங்கிருந்து சிறிது தூரம் விலகிச் சென்று ஒரு இருக்கையில் குழப்பத்தோடு அமர்ந்தாள். அவன் கொடுத்த அந்த காகிதத்தை விரித்துப் பார்க்க முற்படும் போது அதில் **"I'm yours"** என்று எழுதியிருந்தது. வேக வேகமாக அதை

விரித்தாள். Assam மாநிலத்தின் வரைபடம் இருந்தது. அதில் Guwahati நகரத்திலிருந்து mayang கிராமம் செல்லும் வழி குறிப்பிடப் பட்டிருந்தது. அதனுடன் கூடவே அவளது பெயரில் சென்னையில் இருந்து Guwahati நகரம் செல்வதற்கான ரயில் பயணச்சீட்டு ஒன்று இருந்தது.

அனாமிகா

EPISODE – 7

THE TURNING POINT

அனாமிகா சிறிது நேரம் அந்தப் பயணச் சீட்டையும் வரைபடத்தையும் பார்த்துக் கொண்டே அமர்ந்திருந்தாள். அவளைச் சுற்றி நடப்பவையாவும் தன்னை அந்த ஆத்மாவிடம் அழைத்துச் செல்வதற்கான பணிகள் என்பதை உணர்ந்தாள். அந்த ஆத்மா எதற்காக என்னைத் தேடுகிறது? எனக்கு உரிய அனைத்தையும் பறித்துக் கொள்வதன் நோக்கம் என்ன? **CM** என்பது என்ன? எனது உடலில் ஏன் இந்தக் குறியீடு உள்ளது? எனக்கும் இந்த எழுத்துகளுக்கு சொந்தமானவர்களுக்கும் என்ன சம்பந்தம்? **3.13** என்பதன் பின்னால் இருக்கும் மர்மம் என்ன? இந்தப் புத்தகத்தில் உள்ள கதைக்கும் எனக்குமான தொடர்பு என்ன? ஒரு வேலை நான் தான் அந்த மறு பிறவியா? அப்படியெனில் என்னை இந்த அளவிற்கு காயப்படுத்த வேண்டியதன் அவசியம் என்ன? இத்தனை கேள்விகளும் மீண்டும் மீண்டும் அவளது மனதில் தோன்றி அவளைக் காயம் செய்தது. தனது கண்களை மூடி யோசித்தாள். இவை

அனைத்திற்குமான விடை தனக்குள் தான் இருக்க வேண்டும் என்றும் ஏதோ ஒரு இடத்தில் அந்த ஆத்மா நிச்சியமாக எதேனும் ஒரு தடயத்தை விட்டுச் சென்றிருக்கும் என்றும் யோசித்தாள். "கேள்விகளுக்கான விடையை கேள்விகளுக்குள்ளே தேட வேண்டும். விடை கண் முன்னர் தான் எப்போதும் இருக்கும். அதை அறிய ஞான சக்திகள் தேவை இல்லை. தெளிவான பார்வை இருந்தாலே போதுமானது" என்று ஒரு முறை தனது தமிழ் ஆசிரியர் கூறியது அவளுக்கு ஞாபகம் வர, தனது கண்களைத் திறந்து சுற்றிலும் பார்த்தாள்.

அந்நேரம் Guwahati செல்லும் ரயில் அவளது கண் முன்னால் வந்து நின்றது. விடைகளைத் தேடிச் செல்ல ஆயத்தமானாள். உள்ளே ஏறி ஜன்னல் ஓர இருக்கையில் அமர்ந்தாள். சில நொடிகளில் ஒரு காகம் வந்து ஜன்னல் கம்பியில் அமர்ந்து அவளையே பார்த்தது. எதிர் இருக்கையில் அமர்ந்திருந்த பெரியவர்

அதை விரட்ட, பறந்து சென்று தூரத்தில் இருந்த மரத்தின் மீது அமர்ந்து பார்த்துக் கொண்டிருந்தது. சிறிது நேரத்திற்குப் பின் ரயில் கிளம்பியது. அவளோடு ரயில் பெட்டியில் அமர்ந்திருந்த அனைவரும் சந்தோஷமாக ஆடிப் பாடி வந்தனர். அவளது அருகே இருந்த சிறுமி ஒருவள் அனாமிகாவின் உடையைப் பிடித்து இழுக்க, அதைக் கண்டு கொள்ளாமல் அனாமிகா வெளியே வேடிக்கை பார்த்தபடி அமர்ந்திருந்தாள். இன்னும் சற்று வேகமாக சிறுமி இழுக்க, அனாமிகா மெதுவாக திரும்பி அப்பெண்ணைப் பார்த்தாள். அந்த சிறுமி அவளைப் பார்த்து அழகாக சிரித்தது. தனது சிரிப்பை முழுவதுமாக இழந்து விட்டு வாடிய அனாமிகா, மெல்லப் புன்னகை செய்து மீண்டும் திரும்பிக் கொண்டாள்.

அனாமிகாவின் எதிரே ஒரு ஆன்மீக சொற்பொழிவாளர் அமர்ந்திருந்தார். அவர் பல ஆன்மீகக் கதைகளை கூறி

அனைவரையும் மகிழ்ச்சியில் ஆழ்த்தி வந்தார். அனாமிகா அவை எதையும் கவனிக்கவுமில்லை, கேட்கவுமில்லை. அருகில் அமர்ந்திருந்த சிறுமி அடிக்கடி அவளை நோண்டிக் கொண்டே இருக்க, சில நேரங்களில் கண்டு கொள்ளாமலும் சில நேரங்களில் பார்த்துப் புன்னகை செய்து விட்டும் இருந்தாள் அனாமிகா. சிறுமியின் தாய் அவளைக் கண்டித்தார். அந்த சிறுமி அழத் தொடங்க, தன்னால் அழுக வேண்டாம் என்பதற்காக சிறுமியின் பக்கமாக திரும்பி உட்கார்ந்து அவளோடு பேச ஆரம்பித்தாள் அனாமிகா. அந்த சிறுமி, "என் பேரு சுஜி. உன் பேரு என்ன?" என்று அவளிடம் சிரித்துக் கொண்டே கேட்டாள். மெல்லிய குரலில், "அனாமிகா" என்று கூற, "ரொம்ப பெருசா இருக்கு. நான் Anuனு கூப்பிட்டுக்கிறேன். நீ எந்த ஊரு Anu? எங்க போற?" என்று சிறுமி கேட்க, அஜயின் ஞாபகம் வர, அனாமிகா பதில் ஏதும் கூறாமல் அழுது கொண்டே அங்கிருந்து எழுந்து ரயில் பெட்டியின் கதவருகே சென்றாள். சிறிது நேரத்திற்குப் பின்,

கண்ணீர்த் துளிகளைத் துடைத்துக் கொண்டு மீண்டும் இருக்கைக்கு வந்தாள். அப்போது அந்த சிறுமி உறங்கியிருந்தாள்.

அனாமிகா தனது இருக்கையில் சென்று அமர, அந்த சிறுமியின் தாயார் அவளிடம் மன்னிப்பு கேட்க, "இல்ல, இல்ல, இருக்கட்டும். நான் தான் கொஞ்சம் emotional ஆகிட்டேன்." என்று கூறி அந்தச் சிறுமியின் தலையைத் தடவிக் கொடுத்தாள். அப்போது அங்கிருந்த ஆன்மீக சொற்பொழிவாளர், "மகளே, நீ எதோ கஷ்டத்தில் இருக்கிறாய் என்பது தெரிகிறது. என்னவென்று கூறினால் மனதின் பாரம் குறையுமல்லவா?" என்று கேட்டார். "இழந்தவை மீண்டும் கிடைக்காதல்லவா?" என்று குனிந்தபடி கூறிவிட்டு அவரை அனாமிகா நிமிர்ந்து பார்க்க, அவர் மௌனம் காக்க, "sorry சுவாமி, என்னோட கஷ்டத்த சொல்லி உங்கள கஷ்டப்படுத்த விரும்பல. என் கஷ்டம் என்னோட போகட்டும் சுவாமி." என்று கூறிவிட்டு கண்களில் வழிந்த கண்ணீரைத்

துடைத்துக் கொண்டு ஜன்னல் பக்கமாகத் திரும்பிக் கொண்டாள். "உனது மன வேதனையை என்னால் புரிந்து கொள்ள முடிகிறது. உனக்கு மிகவும் நெருக்கமான ஏதோ ஒன்றையோ அல்லது யாரோ ஒருவரையோ இழந்திருக்கிறாய். சரிதானே மகளே?" என்று அவர் கேட்க, அவரைப் பார்த்து மெல்லத் தலையசைத்து, "ஒருத்தர மட்டும் இல்ல, எனக்கு சொந்தமான எல்லாரையும் ஒட்டுமொத்தமா இழந்துட்டேன்." என்று கூறி அழுதாள்.

"மகளே, இந்த உலகில் யாருக்கும் எதுவும் சொந்தமில்லை. உனது வலி எனக்கு புரிகிறது. ஆனால் அந்த வலியே அர்த்தமற்றது. வாழ்வும் இந்த ரயில் பயணம் போன்றதே ஆகும். இதில் உன்னோடு பயணம் செய்யும் பயணிகள் யாவரும் உனது சொந்தங்கள் போன்றவர்கள். சேர்ந்தே பயணிக்கும் போதிலும் ஒவ்வொருவரின் நோக்கமும் வெவ்வேறு. சென்று சேர வேண்டிய இடமும் வெவ்வேறு. இந்தப் பெட்டியில் உன்னோடு

பயணிக்கும் அனைவரும் அவர்களது நோக்கத்தை கைவிட்டு உன்னோடு உனது இல்லத்திற்கு வர வேண்டும் என்று அழைப்பது முட்டாள்தனம் அல்லவா மகளே?" என்று அந்தப் பெரியவர் அனாமிகாவை நோக்கி வினவ, அனாமிகா எதுவும் பேசாமல் அமைதி காத்தாள். "இதுபோலவே வாழ்க்கையிலும் ஒவ்வொருவரின் பிறப்பின் நோக்கமும் வெவ்வேறு. ஒருவரின் நோக்கத்தை நிறைவேற்றுவதற்காக மற்றொருவர் தனது நோக்கத்தைக் கைவிட்டு இணைந்து பயணிப்பது என்பது இயற்கைக்குப் புறம்பானது. உன்னுடன் இருந்தவர்கள் அவர்களது நோக்கத்தை நிறைவேற்றச் சென்றிருப்பர். நீயும் உனது பிறப்பின் நோக்கத்தை நிறைவேற்றுவதற்காக தற்பொழுது சென்று கொண்டிருக்கிறாய். வாழ்வில் எதுவும் நிரந்தரமில்லை என்பதை உணர்ந்துகொள் மகளே" என்று கூறித் தனது கரத்தினை அனாமிகாவின் தலையின் மீது வைத்து ஆசீர்வாதம் வழங்கினார் அந்தப் பெரியவர்.

இதைக்கேட்ட அனாமிகாவின் மனதில் பலவிதமான சிந்தனைகள் வந்தன. பிறப்பின் நோக்கத்தை நிறைவேற்ற செல்கிறாய் என சுவாமி தற்செயலாக சொன்னது அனாமிகாவிற்கு ஏதேதோ கற்பனைகளை உருவாக்கியது. உண்மையில் தனது பிறப்பைப் பற்றி அறிந்து கொள்வதற்கான பயணம் தானா இது? என்று கேள்வி அவளது உள்ளத்தில் எழுந்தது. இவ்வாறான பல விதக் கேள்விகளுடனும் சிந்தனைகளுடனும் பயணம் தொடர்ந்தது. எறக்குறைய இரண்டரை நாட்களுக்குப் பிறகு அசாம் சென்றடைந்தாள். ரயிலை விட்டு இறங்கி வெளியே சென்று maayang செல்வதற்கான மார்க்கம் கேட்டாள். அவர்களுது மொழி இவளுக்குப் புரியவில்லை. இவளது மொழி அவர்களுக்கு புரியவில்லை. புரியாத மொழியில் சில பேச்சு வார்த்தைகள் நடைபெற்று முடிந்தது. ஆனாலும் வழியினை அறிந்து கொள்ள முடியவில்லை. வரைபடத்தின் உதவியோடு

நடந்தே செல்ல முடிவு செய்தாள். ரயில் நிலையத்திலிருந்து வெளியே சென்று வரைபடத்தை பார்த்தபடி நடக்க ஆரம்பித்தாள். அந்நேரம், "ஏ பொண்ணு" என்ற குரல் கேட்டுத் திரும்பினாள். அங்கே ஒரு முதியவர் ரிக்ஷா ஒன்றில் அமர்ந்திருந்தார். அவரது அருகில் சென்று "நீங்களா கூப்டிங்க? தமிழ் தெரியுமா?" என்று கேட்டாள். "தப்பான வழில போற" என்று அவர் கூற, "என்ன?" என்று அனாமிகா கேட்க,"நீ போக வேண்டிய பாத அது இல்ல, இது" என்று கூறி அவள் நடந்ததற்கு எதிர் திசையில் கை காட்டி, "வா போலாம்" என்று கூறினார். அவள் தயங்கியபடி நின்று அவரையே பார்க்க, "20 வருஷ பக உன்ன வா வான்னு கூப்பிடுது. வேமா ஏறு" என்று கூறினார்.

அனாமிகா தயக்கம் குறையாமல் ஏறி அமர்ந்தாள். "மணி என்ன அகுது பெரியவரே? இருட்டுறதுக்குள்ள போயிறலாமா?" என்று அவள் கேட்க, "போயிடலாம், போயிடலாம்" என்று கூறி

அவளைத் திரும்பிப் பார்த்து, "**3.13** ஆகுது" என்று கூறி சிரித்துவிட்டு ரிக்ஷாவை கிளப்பிக் கொண்டு சென்றார். போகும் வழியாவும் எதோ பாடல்களைப் பாடியபடி சென்றார் பெரியவர். அதற்கு செவி சாய்க்காமல் வரைபடத்தில் போகும் வழி சரியானதா என சோதித்துக் கொண்டே சென்றாள் அனாமிகா. திடீரென அவர் பாடலை நிறுத்தி விட்டு, "நரி சிங்கத்தோட பசிக்குனே பொறந்துருந்தா சிங்கத்தோட வயித்துக்குள்ள தான் போகணும். வேற வழி இல்ல. நீ அவளோட தீராப் பசிக்காக படைக்கப்பட்டுருக்க. உன்ன வேற எங்கையும் என்னால கூட்டிட்டுப் போக முடியாது. அதுனால பயப்படாம வா" என்று அவர் கூற, "யார பத்தி சொல்றீங்க?" என்று அனாமிகா கேட்க, "போகப் போகப் புரியும்" என்று சொல்லிவிட்டு மீண்டும் பாடலை ஆரம்பித்தார்.

தான் சந்திக்கும் அனைவரும் தனது கேள்விகளுக்கான விடையை எதோ ஒரு விதத்தில் குறிப்புகளாகத் தனக்குக்

கூறுகின்றனர் என்பதையும் அதை முழுவதுமாக தெரிந்து கொள்ள யாரோ ஒருவரைதான் சந்திக்க வேண்டும் என்பதையும் அவர்தான் தன்னை இவ்வளவு தூரம் வர வைத்திருப்பதாகவும் உணர்ந்தாள் அனாமிகா. பொழுது சாய்ந்து இருளும் ஒளியும் ஒன்று சேர்ந்து இருக்கும் நேரத்தில் சாலையின் ஓரமாக ரிக்ஷாவை நிறுத்திய பெரியவர், "இது வரைக்கும் தான் என்னால வர முடியும். இதுக்கு மேல நடந்து தான் போகணும். இந்த வழிலயே நேராப் போனா ஊர் எல்லை வரும். அங்க போனப் பெறகு உனக்கே எல்லாம் புரியும், போ" என்று கூறினார். அனாமிகா மெல்லக் கீழே இறங்கி பணம் எடுக்க பையைத் திறந்தாள். "இந்த ஊர விட்டு ஒருவேளை நீ திரும்பப் போனா உன்னோட இஷ்ட தெய்வத்துக்கு இதக் காணிக்கையாப் போடு" என்று கூறிவிட்டு நகர்ந்து சென்றார். அவர் தனது கண்களை விட்டு மறையும் வரை அங்கு நின்று பார்த்திருந்துவிட்டு அவர் காட்டிய வழியில் நடக்க ஆரம்பித்தாள்.

போகப் போக இருள் சூழ்ந்தது. அருகில் யாரேனும் வந்தாலும் தெரியாத அளவுக்கு இருளாக இருந்தது. விளக்குகள் எதுவும் இல்லை. தூரத்தில் ஒரு அகல் விளக்கு எரிவது தெரிந்தது. அதை நோக்கி நடந்தாள். சிறிது நேரத்திற்குப் பின் அங்கு சென்று சுற்றிலும் பார்த்தாள். திடீரென அவளுக்கு மிக அருகில் ஒரு வெளிச்சம் தென்பட்டது. மெழுகுவர்த்தி ஒன்றை ஏந்தியபடி வயது முதிர்ந்த மூதாட்டி ஒருவர் முகத்தில் தோல் சுருங்கி, பெரிய கண்களுடன், வட்டமான பொட்டுடன் அவளது கண்களுக்கு முன்னே நின்றார். அவரைக் கண்டு அனாமிகா பயம் கொண்டாள் என்பதை சொல்லித் தெரிய வேண்டிய அவசியம் இல்லை. அவரிடம் அனாமிகா எதோ கேட்க முற்பட, "வேட்டை தொடங்கும் நேரம்" என்று கூறிவிட்டு அவளைக் கடந்து நடந்து சென்றார். மறு கணம் மெழுகுவர்த்தி ஒளி அணைந்தது. இருள் சூழ்ந்தது.

அனாமிகா

EPISODE – 8

MYSTERY BEHIND THE BOOK

அந்த மூதாட்டி சென்று இருள் சூழ்ந்த பின்னர் அனாமிகா கண்ணுக்கெட்டிய தூரம் வரை ஒரு ஒளி கூட தென்படவில்லை. எரிந்து கொண்டிருந்த அகல் விளக்கின் ஒளியும் குறைந்து கொண்டே சென்றது. அதன் அருகே சென்று, அங்கே சில படிக்கட்டுகள் இருப்பதையும் அதில் மேல் படியில் விளக்கு எரிவதையும் பார்த்தாள். அந்த மங்கிய ஒளியில் அது எதோ கோவில் என்பதை உணர்ந்து கொண்டாள். அகல் விளக்கிற்கு நேர் மேலாக தனது தலை இருக்கும் படியாக படியில் அமர்ந்து குனிந்து எரியும் சுடரையே பார்த்துக் கொண்டிருந்தாள். ஒரே ஒரு முறை அஜயுடன் கோவிலுக்கு சென்று இருவரும் சேர்ந்து முதல் முறையாக விளக்கு ஏற்றியதை நினைவு கூர்ந்து ஏங்கினாள். கண்கள் மெல்லக் கலங்கி, கண்ணீர்த் துளி எட்டிப் பார்த்தது. நினைவுகள் பெருக்கெடுக்க, விழி நீரும் பெருக்கெடுத்து கண்களின் ஓரத்தில் ஒரு துளி கண்களை விட்டுப் பிரிவதற்கு ஆயத்தமாக நின்றது. அவள் தனது கண்ணிமைகளை மூட, விழி

நீர்த்துளி விழிகளிடமிருந்து விடை பெற்று அவளுக்கு நேராகக் கீழே இருந்த சுடர் மீது விழுந்து ஒரு வித மெல்லிய சத்தத்தோடு விளக்கு அணைந்தது. மூடிய கண்களில் தேங்கியிருந்த கண்ணீரைத் துடைத்துக் கொண்டு கண்களைத் திறந்தாள். திறந்து விட்டேனா? இல்லையா? எனும் சந்தேகத்தை தோற்றுவிக்கும் விதமாக இருள் மட்டுமே இருந்தது. பயம் கொண்டு வேகமாக கைகளால் தரையில் தழுவி பதற்றத்தில் விளக்கைத் தட்டி விட்டாள். விரைந்து எழுந்து கைகளை நீட்டிக் கொண்டு படியில் இருந்து கீழே இறங்கினாள். தட்டி விட்டுக் கீழே விழுந்த விளக்கில் இருந்து கொட்டிய எண்ணெய் மீது கால் வைக்க, வழுக்கிக் கீழே விழுந்து வலியில் கதறினாள். தொடர்ந்து பயணித்த களைப்பு, உணவு உட்கொள்ளாத பசி, நாவினை வறண்டு போகச் செய்த தாகம், கீழே விழுந்த வலி அனைத்தும் சேர்ந்து அவளை வாட்ட, எழுவதற்கு கூட முயற்சிக்காமல் விழுந்தபடி கிடந்தாள். சிறிது நேரம் கழித்து நித்திரை அவளை

ஆட்கொண்டது. அவளின் விருப்பமின்றி கண்கள் தானாகவே மூடிக் கொண்டன. நாழிகை நேரம் கூட உறங்கியிறுக்க மாட்டாள். யாரோ பேசும் சத்தம் அவளது செவிகளில் பட, தலையை மட்டும் மெல்ல நிமிர்த்தி குரல் கேட்ட திசையை நோக்கினாள். அவள் பார்த்த காட்சி உண்மை தானா? இல்லை கனவு கண்டு கொண்டிருக்கிறேனா? என்று ஐயம் கொண்டு கண்களைக் கரங்கள் கொண்டு தேய்த்து விட்டு மீண்டும் பார்த்தாள். கனவல்ல உண்மை தான் என்பதை உணர்ந்து விரைந்து எழ முயற்சித்து மெல்ல மெல்ல எழுந்து நின்றாள். அவளது கண்களுக்கு எதிரே சற்று தொலைவில் மெழுகுவர்த்தியை ஒரு கையில் ஏந்தியபடி மற்றொரு கையினை மனைவியின் தோள் மீது போட்டு Eliot, தனது மனைவி Floraவுடன் நடந்து சென்று கொண்டிருந்தார். Flora தனது இரண்டு கைகளாலும் Eliotன் கரத்தினைப் பற்றி இருந்தார். இருவரும் ஏதோ பேசிக் கொண்டே நடந்து சென்றனர். அனாமிகா செய்வதறியாது திகைத்து நின்றாள்.

அவர்கள் வெகு தூரம் சென்ற பின், சுய நினைவு வந்தது போல் பதறி அழுது கொண்டே அவர்களை அழைத்தபடி பின்னால் சென்றாள். அவர்களின் செவிகளுக்கு அனாமிகாவின் குரல் எட்டவில்லை. இவ்வாறு வெகு நேரம் வெகு தொலைவு சென்றனர். பின்னர் ஏதோ ஒரு இடத்தில் சென்று இருவரும் நின்றனர். அந்த இடத்தில் ஆங்காங்கே தீப்பிழம்புகள் எரிந்து கொண்டிருந்தன. அனாமிகா அங்கு சென்று பெருமூச்சு விட்டு நின்றாள். Eliotடும் Floraவும் விலகிக் கொண்டு தனித் தனியே நின்று அனாமிகாவின் பக்கம் திரும்பி அவளைப் பார்த்து சிரித்தனர். அனாமிகாவும் புன்னகை செய்து அவர்களை நோக்கி முன்னேறி நடந்தாள். அவர்களுக்கு மிக அருகே செல்லும் போது அவளுக்கு முன்னே ஒரு குச்சி வந்து தடுத்தது. அதன் மேல் மோதிக் கீழே விழுந்தாள். தலையை உயர்த்திப் பின்னால் திரும்பிப் பார்த்தாள். அங்கே கரிய நிற ஆடையில், முகத்தில் கருப்பு நிற சாயங்கள், விரிந்த கண்களில் அடர்ந்த மை,

நீண்ட மூக்கில் பெரிய வளையம், அகன்ற நெற்றி முழுவதும் படர்ந்த சிவப்பு நிறப் பொட்டு எனக் கொடூரமான தோற்றத்தில் ஒரு பெண் நின்றாள். அவளைப் பார்த்து பயந்த அனாமிகா எழுந்து அமைதியாக நின்றாள். அந்தப் பெண் பயங்கரமாக சிரித்து "யாரம்மா நீ?? இந்த நடுநிசியில் மயானத்திற்கு வந்ததன் காரணம் என்ன?" என்று அனாமிகாவிடம் கேட்டாள். "என்னோட அம்மா அப்பா இந்த பக்கமா வந்தாங்க. அவங்கள follow பண்ணி தான் வந்தேன். நீங்க யாரு?" என்று அனாமிகா கேட்க, "எனக்கு பல விதமான பெயர்கள் உண்டு. ராட்சசி என்பார்கள். சூனியக்காரி என்பார்கள். மந்திரவாதி என்பார்கள். உண்மையில் நான் Desdemona" என்று கூறி சற்று முன்னே சென்று, "உனது தாய் தந்தை எங்கே?" என்று கேட்டாள். அவர்கள் நின்று கொண்டிருந்த திசை நோக்கி அனாமிகா திரும்பி பார்க்க, அவர்கள் அங்கே இல்லை. பதறிய அனாமிகா அங்கும் இங்கும் தேடினாள். எங்கும் காணவில்லை. திடீரென Desdemona "இவர்களா பார்" என்று

அங்கிருந்த ரெண்டு குழிகளைக் காட்டி கூற, அனாமிகா அருகே சென்று எட்டிப் பார்க்க Eliotடும் Floraவும் ஒவ்வொரு குழியில் படுத்திருந்தனர். அனாமிகா அதிர்ந்து போய் அவர்களை வெளியே கொண்டு வர முயல, குழிகள் தானாக மூடிக் கொண்டன. அனாமிகா குழி இருந்த இடத்தில் விழுந்து அழுதாள். மீண்டும் தோண்ட முயன்றாள். "அதைத் தோண்ட முயற்சிப்பதை விடுத்து இதை மூட சித்தமாகு" என்று Desdemona மற்றொரு குழியைக் கைகாட்டிக் கூறினாள். அனாமிகா ஏதும் புரியாமல் அவளைப் பார்க்க, "இந்த குழி உனக்கானது" என்று கூறி சிரித்தாள் Desdemona. அனாமிகா அழுது கொண்டே இருக்க, Desdemona சிறிது நேரம் சிரித்துவிட்டு "ஒரு சின்ன கதை சொல்லட்டுமா உனக்கு?" என்று கேட்டுக் கண்களை மூடி ஏதோ முணுமுணுக்க, உடனே ஒரு இருக்கை அங்கே உருவானது. அதன் மீது அமர்ந்து, "ஒரு கிராமத்தில் Matilda என்ற ஒரு பெண் இருந்தாள். அவள் மிகவும் அறிவாளி. அவள் கல்லூரி படிப்பிற்காக நகரம் சென்றாள். அங்கே Cetric என்ற

பையனை விரும்பினாள். இருவரும் படிப்பிற்குப் பின்னர் வீட்டை எதிர்த்துத் திருமணம் செய்து தனது மாநிலத்தை விட்டு அசாம் மாநிலத்தில் உள்ள Maayang எனும் ஊரில் வந்து வசித்தனர். அந்த ஊர் மாந்திரீகத்திற்குப் பெயர் போனதாலும் Black Magicன் தலைநகரம் என்பதாலும் அவர்கள் இருவரும் மாந்திரீகம் மற்றும் மந்திர தந்திரங்களை கற்றுத் தேர்ந்தனர். அதைப் பயன்படுத்தி ஊரில் உள்ளோரை அவர்களின் வசம் வைத்திருந்தனர். அதே ஊரில் இருந்த இளம் பிராயத்துப் பெண் ஒருவள் மந்திர தந்திரங்களை கற்று அவர்களைப் போலவே சிறந்து விளங்கினாள். அது அவர்களுக்குப் பிடிக்கவில்லை. அந்தப் பெண் மீது பொறாமை கொண்டு தனது சக்திகளைப் பயன்படுத்தி இருவரும் அவளைக் கொன்று விட்டனர். அந்தப் பெண்ணுக்கு மறுபிறப்பு அளிப்பதாக அவளது தாய் சபதம் மேற்கொண்டாள்." என்று Desdemona கூற, "இல்ல, இல்ல, அந்த பொண்ணு மந்திரம் எல்லாத்தையும் தப்பான வழில use

பண்ணதுனால தான் அவங்க கொல பண்ணாங்க. நீங்க சொல்ற மாதிரி அவங்க கெட்டவங்க இல்ல. இதுக்கும் எனக்கும் என்ன சம்பந்தம்?" என்று கேட்டாள் அனாமிகா. "உனக்கு எவ்வாறு தெரியும்?" என்று Desdemona கேட்க, "ஒரு bookல படிச்சேன். அந்த bookனால தான் நான் இப்போ இங்க வந்துருக்கேன். உங்களுக்கு இந்த கத தெரிஞ்சிருக்குனா எனக்கும் இந்த கதைக்கும் என்ன சம்பந்தம்னும் உங்களுக்கு தெரிஞ்சிருக்கும். தெரியுமா? சொல்லுங்க" என்று அனாமிகா கேட்டாள். "நீ வந்தாயா? அல்லது யாரேனும் வர வழைத்தார்களா?" என்று Desdemona சிரித்துக் கொண்டே கேட்க, நடந்தவை அனைத்தையும் அவளிடம் கூறினாள் அனாமிகா. "இதை எல்லாம் செய்தது யார் என்று தெரிய வேண்டுமா?" என்று Desdemona கேட்டு சிரிக்க, அனாமிகா பயத்துடன் எழுந்து நின்று சந்தேகத்துடன், "அது நீ தானா?" என்று கேட்டாள். உடனே Desdemona பலத்த குரலில் ராட்சசி போல சிரித்தாள். அனாமிகா அழுது கொண்டே "ஏன் இப்படி

பண்ண? உனக்கு என்ன வேணும்? என்னை எதுக்காக இங்க வர வெச்ச? நீ யாரு?" என்று கத்தினாள். "உண்மையில் நீ தெரிந்துகொள்ள வேண்டியது நான் யார் என்பதை அல்ல. நீ யார் என்பதை" என்று கூறி விட்டு Desdemona சிரிக்க, எதுவும் பேசாமல் அனாமிகா அழுதுகொண்டே அவளைப் பார்த்தாள். "அங்கே பார்" என்று கை காட்டி Desdemona சிரிக்க, அவள் காட்டிய திசையை அனாமிகா பார்க்க அங்கே ஒரு தம்பதியினர் ஓடி வந்தனர். சில நொடிகளில் அவர்கள் அனாமிகாவின் அருகே வந்து, "Kyra! Kyra! நீ எப்படிமா இங்க வந்த?" என்று கூறி அழுதனர். என்ன நடக்கிறது என்பதையே புரிந்து கொள்ள முடியாத அனாமிகா அவர்களிடம், "நீங்க யாரு? நான் Kyra இல்ல. என் பேர் அனாமிகா" என்று கூறினாள். அவளிடமிருந்து விலகி அவர்கள் Desdemonaவின் அருகே சென்று, "உனக்குத் தேவ நாங்க தானே? அவள ஏன் கஷ்டப்படுத்துற? அவள எதுக்காக இங்க

வர வெச்ச?" என்று கோபமாகக் கேட்டனர்." எனது தேவை என்னவோ தாங்கள் இருவர்தான். ஆனால் நான் அனுபவித்த வேதனையை மரணத்திற்கு முன்னர் தமக்கும் கொடுக்க வேண்டுமல்லவா?" என்று ஆக்ரோஷமாகக் கூறினாள். இதைக்கேட்டு அவளது முன்னர் மண்டியிட்டு இருவரும் "தயவுசெஞ்சு அவள விட்ரு. எங்கள என்ன வேணாலும் பண்ணிக்கோ" என்று கெஞ்சினர். அதைப் பார்த்து சிரித்துக்கொண்டே, "இன்னும் நன்றாகக் கெஞ்சுங்கள். வாழ்வில் இது வரை மன்னிப்பே கேட்டிராத நீங்கள் இருவரும் என்னிடம் மண்டியிட்டுக் கெஞ்சுவதைப் பார்க்கும் போது என் மனம் எவ்வளவு ஆனந்தம் கொள்கிறது தெரியுமா? SAY ME SORRY......விக்டோரியாவின் மனமும் இப்போது ஆத்ம திருப்தி அடைந்திருக்கும்." என்று கூறிச் சத்தமாக சிரித்தள் Desdemona. இவை அனைத்தையும் பார்த்துவிட்டு எதுவுமே புரியாத அனாமிகா அமைதியாக நின்றாள். அந்தத் தம்பதியினர் அழுது கொண்டே மீண்டும்

மீண்டும் அவளிடம் கெஞ்ச அவள் சிரித்துக் கொண்டே, "தமது மகளை தம்மோடு வைத்துக்கொள்ளாமல் வேறு எங்கோ வளர்த்தால் எனக்கு தெரியாது என்று நினைத்தீர்களா என்ன? உமது மகள் உமது இருவருடைய குறியீட்டைத் தனது உடலில் பெற்றுப் பிறந்தவள் என்பதை நான் அறிவேன். எனது மகளைக் கொள்ளும் போது எனக்கு எவ்வாறு வலித்திருக்கும். அந்த வலியை உமக்கு மட்டுமல்ல உமது மகளுக்கும் தர வேண்டும் என நினைத்தேன். அவளைத் தேடிக் கண்டு பிடித்தேன். உமது வாழ்க்கை வரலாற்றை ஒரு புத்தகமாக உருவாக்கி அதில் உமது குறியீட்டைப் போட்டு அவளது கண்களுக்கு மட்டும் படுமாறு அனுப்பி வைத்தேன். அவளுக்கு உறுதுணையாக உடன் இருந்த அனைவரையும் கொன்றேன். ஏன் கொன்றேன் என்பதற்கான குறிப்புகள் அவளுக்குக் கிடைக்க வேண்டும் என்பதற்காக சில குறியீடுகளை அவர்களது உடலில் விட்டு வைத்தேன். பாசத்தாலும் பயத்தாலும் உனது மகள்

எதையுமே அறிந்து கொள்ளவில்லை. இறுதியாக ஒரு மந்திரவாதி மூலமாக அனைத்தையும் அறிந்து கொண்டு இப்போது இங்கு வந்து நிற்கிறாள்." என்று கூறி அனாமிகாவை கை காட்ட, அதிர்ச்சி அடைந்த அனாமிகா பாதி புரிந்தும் பாதி புரியாமலும் பதற்றத்தில் நின்றாள்.

அனாமிகா

EPISODE – 9

EXPECTED THE UNEPECTED – THE TERMINATION

பதற்றத்தில் நின்று கொண்டிருந்த அனாமிகாவின் அருகே சென்று அவளது கன்னங்களைப் பிடித்து அழுத்தி, "இதோ மந்திர தந்திரங்களைக் கற்றுத் தேர்ந்த ஆகச்சிறந்த Cetric மற்றும் Matildaவின் ஒரே மகள்" என்று கடுமையாகக் கூறினாள் Desdemona. "நீ எதோ தப்பா நெனச்சுக்கிட்டு இருக்க. நான் இவங்களப் பாத்தது கூடக் கெடையாது. நான் இவங்க பொண்ணு கெடையாது. இப்படி முட்டாள் தனமா என்னோட அம்மா அப்பாவக் கொன்னுட்டியே" என்று கோபம் கலந்த அழுகையுடன் அனாமிகா கூற, "உனக்கு நடந்த சம்பவங்களின் காரணத்தை நீ அறிந்து கொள்ள வேண்டும் என்பதற்காகப் பல குறியீடுகளை விட்டு வந்தேன். தீபன் எழுத்துக்கள் உனக்குத் தெரியாது என்ற காரணத்தினால் எல்லாக் கொலைகளையும் **3.13** மணிக்கு செய்தேன். அவனது மீதிருந்த பாசத்தினால் அவனது புகைப்படத்தில் இருந்த குறியீட்டை நீ கவனிக்கவில்லை. ஆங்கிலத்தில் மூன்றாவது எழுத்து **C**. பதின்மூன்றாவது

எழுத்து M. ரகசிய குறியீடுகளை இவ்வாறு அறிந்து கொள்ள முடியும் என்பதனை நீ அறிவாய். ஆனால் பயத்தினால் படிப்பறிவையும் இழந்து விட்டாய். பாசம் பார்வையை மங்கச் செய்தது. பயம் படிப்பறிவை மறக்கச் செய்தது. இப்போது சொல். முட்டாள் நானா? அல்லது நீயா?" என்று கேட்டு Desdemona அவளது கண்ணத்தில் ஓங்கி அறைய, அனாமிகா அலறியபடி Matildaவின் காலடியில் சென்று விழுந்தாள். Matilda அழுது கொண்டே அவளை எழுப்பி அவளது தலையைப் பாசத்துடன் தழுவி, "என்னை மன்னிச்சிடுடா. என்னால தான் எல்லாம். ரொம்ப வலிக்குதா?" என்று கன்னதைத் தொட்டாள். "ஐயோ... இங்க என்ன நடக்குதுனே எனக்குப் புரியல. நீங்க யாரு? தயவு செஞ்சு சொல்லுங்க" என்று அனாமிகா கேட்க, Matilda என்னவோ சொல்ல வர, Desdemona அனாமிகாவைப் பிடித்திழுத்து மீண்டும் அடித்தாள். அனாமிகா வலியில் கத்த, கோபம் கொண்ட Matilda விரைந்து எழுந்து Cetricகின்

அருகே சென்று ஏதோ சைகை செய்ய, இருவரும் கை கோர்த்து மந்திரங்களை முணுமுணுத்தனர். சில நொடிகளில் அவர்களுக்கு முன்னே ஊதா நிறத்தில் ஒரு ஒளி தோன்றியது. அந்த ஒளி கொஞ்சம் கொஞ்சமாக பெரியதாக உருவெடுத்து  என்ற குறியீடாக மாறியது. பின்னர் அவர்கள் இருவரும் தங்களது கைகளை Desdemonaவை நோக்கி நீட்ட, அந்த ஒளி அவளின் மீது பாய்ந்தது. உடனே Desdemona அலறியபடி கீழே விழுந்தாள். "நான் Matilda, உன்னோட அம்மா. இவரு Cetric, உன்னோட அப்பா. இவளால உனக்கு பிரச்சன ஏதும் வந்துர கூடாதுன்னு தான் நீ பொறந்த உடனே உன்ன Eliotகிட்ட அவருக்கே தெரியாம கொடுத்துட்டோம். நீ எங்களோட கொழந்தன்னு அவங்களுக்கே தெரியாது." என்று Matilda கூறி முடிக்க, அனாமிகா எதுவும் பேசாமல் அதிர்ச்சியில் நின்றாள். அவளது கண்களில் இருந்து கண்ணீர்த் துளிகள் சொட்டியது. "உன் கண்ணுல கண்ணீரே வரக் கூடாதுன்னு தான் உன்ன எங்க கூட வெச்சுக்கல. உன்ன

பாக்கணும்ன்னு நினைக்கும் போதெல்லாம் மந்திரக் கண்ணாடில பாத்துருக்கோம். ஆனா, இப்போ தான் நேர்ல பாக்குறோம். அழாதடா. எல்லாம் சரி ஆகிடும்" என்று Cetric கூற, அனாமிகா அவர்களது அருகில் வந்தாள். அப்போது திடீரென ஒளிர்ந்து கொண்டே ஒரு கயிறு அவர்களது நடுவே வந்து அனாமிகாவைக் கட்டியது. அதிலிருந்து மீள முடியாமல் அனாமிகா கதறினாள். Cetricக்கும் Matildaவும் பல மந்திரங்களைப் பயன்படுத்தியும் அந்தக் கட்டை அவிழ்க்க முடியவில்லை. Desdemona பயங்கரமாக சிரித்துக் கொண்டே, "உமது சக்திகளை வைத்து எனை வீழ்த்தி விடலாம் என்று நினைத்தீர்களா?" என்று கூறித் தனது கரங்களை நீட்டி மந்திரத்தால் அவர்கள் இருவரையும் கட்டிப்போட்டாள். அவர்கள் மீண்டும் மீண்டும் மந்திரங்களை பயன்படுத்திப் பார்த்தும் பயனில்லை. "இருபது வருடங்களுக்கு முன்பு ஆரம்பித்த யுத்தம் இது. இந்த 20 வருடங்களில் தம்மை அழிப்பதற்காகவே பலவிதமான

மந்திரங்களையும் சக்திகளையும் கற்றுத் தேர்ந்தேன். அவ்வளவு எளிதாக எனது பிடியிலிருந்து விடுபட முடியாது. "என்று கூறி பலத்த குரலில் சிரித்தாள். பின்னர் ஏதோ மந்திரங்களை உச்சரித்து ஒரு யாக குண்டத்தை உருவாக்கி, அதில் தீப்பிழம்புகள் எரிய வைத்து ஏதேதோ செய்தாள். திடீரென அனாமிகா வலியில் துடித்தாள். கதறினாள். அவளது தேகம் எங்கும் வலி எடுக்கத் தொடங்கியது. சிறிது நேரத்தில் கை கால்களில் இருந்து ரத்தம் வடியத் தொடங்கியது. அவள் வலியில் துடிக்க, cetricக்கும் Matildaவும் அதைப் பார்க்க முடியாமல் கதற, பலவாறாக முயற்சித்தும் விடுபட முடியாமல் கட்டுண்டு கிடந்தனர். "என்ன நடக்கிறது என்பது புரியவில்லையா? விக்டோரியாவின் மறுபிறப்பு அரங்கேறிக் கொண்டிருக்கிறது. உமது மகளின் உயிரைப் பறித்து எனது மகளை உயிர்ப்பிக்கப் போகிறேன். நன்றாகப் பாருங்கள். உமது ஆசை மகள், அருமைப்புத்திரி வலியில் கதறுவதைப்

பாருங்கள். எனது மனம் சொல்ல முடியாத ஆனந்தத்தில் திளைக்கிறது." என்று கூறி சிரித்துக் கொண்டே யாகத்தைத் தொடர்ந்தாள். சிறிது நேரத்தில் யாக குண்டத்திற்கு அருகே ஒளி ஒன்று உருவானது. சிறிது சிறிதாக அந்த ஒளியின் அளவு பெரிதாகிக் கொண்டே இருந்தது. மற்றொருபுறம் அனாமிகாவின் உயிர் கொஞ்சம் கொஞ்சமாக பிரிந்து கொண்டே இருந்தது. சத்தம் ஏதுமின்றி கண்களை மூடிச் சோர்வுற்று இருந்தாள். சில நொடிகளில் அங்கே உருவாகியிருந்த ஒளி முழுவதுமாக பிரகாசம் அடைந்திருந்தது. அனாமிகா உடலிலிருந்து உயிர் மொத்தமாக பிரிந்தது. கட்டுண்டு இருந்த மந்திரக் கட்டில் இருந்து விடுபட்டுக் கீழே விழுந்தாள். "இத்தனை வருடங்களுக்குப் பிறகு பெற்ற மகளை இந்த கோலத்தில் தான் பார்க்க வேண்டுமா? தம்மை நினைத்தால் எனக்கு பாவமாக இருக்கிறது." என்று நக்கலாக கூறி சிரித்து "விக்டோரியா தற்பொழுது ஏறக்குறைய முழுவதுமாக உயிர் பெற்று விட்டாள். அவள் உயிருடன்

எழுந்து வந்து தம் இருவரும் மகளை இழந்த சோகத்தில் துடிக்கும் கண்கொள்ளாக் காட்சியைக் காண வேண்டும் என்று ஆசையாகத் தான் இருக்கிறது. ஆனாலும் அவள் வருவதற்குள் தம் இருவரையும் வதம் செய்து விடுவதாக சபதம் செய்த ஒரே காரணத்தினால் தமது உயிரைப் பறிக்க வேண்டிய கட்டாயத்தில் உள்ளேன்" என்று கூறி யாகத்தில் இருந்து எழுந்து தனது சக்திகளைப் பயன்படுத்தி Matidaவையும் Cetricகையும் தாக்கத் தொடங்கினாள். அனாமிகா இறந்த சோகத்தில் அவர்கள் இருவரும் எதிர்த்தாக்குதலுக்கு முயற்சி கூட மேற்கொள்ளவில்லை. சிறிது நேரத்திற்குப் பின் உடல் முழுவதும் ஏற்பட்ட காயங்களின் வலியும், மகளை இழந்த சோகமும் அதற்குக் காரணமான Desdemona மீதுள்ள கோபமும் ஒன்று சேர்ந்து வெறியாக உருமாறியது. "கற்ற கல்வியைத் தவறான வழியில் பயன்படுத்திய ஒரு தீய சக்திகாக ஏதுமறியாத எனது மகளை வதைத்துவிட்டாய். பிறந்த நாள்முதல் அவளது பசியைக் கூட ஆற்ற முடியாத

பேதையாகி துன்பத்தை அனுபவித்தேன். 20 ஆண்டுகளுக்குப் பின்னர் முதல்முறை பார்த்தபோது அவளது காயங்களைக் கண்டு வலி அனுபவித்தேன். இப்போது அவளது சடலத்தைக் கண்டு வேதனையில் துடிக்கிறேன். வாழ்க்கை முழுவதும் நான் அனுபவித்த வலிகளின் விளைவாக சத்தியம் செய்கிறேன் Desdemona. எனது உடலிலிருந்து உயிர் பிரியும் முன்னர் நீ விண்ணுலகம் சென்றிருப்பாய். இது எனது சபதம்" என்று வேதனை கலந்த கோபத்துடன் சூளுரைத்தாள் Matilda. இரு தரப்பிலும் தாக்குதல்கள் நடைபெறத் தொடங்கியது. மயானத்தில் இருந்த எலும்புகள், இரும்புக் கம்பிகள், தகடுகள், கூர்மையான துகள்கள் போன்றவற்றைக் கொண்டு தாக்குதல் நடந்தேறியது. தாக்குதலின் பொழுது ஒரு இரும்புத் தகடு Desdemonaவின் தொண்டைக்கு நேராகப் பாய, அவள் சிறிது விலக, அந்தத் தகடு அவளது கழுத்தில் இருந்த கயிறு ஒன்றைத் துண்டித்துக் கீழே விழுந்தது. அந்தக் கயிற்றில் கட்டப்பட்டு தொங்கிக்

கொண்டிருந்த கண்ணாடியாலான சிறிய குவளை போன்ற ஒரு டாலர் கீழே விழுந்து உடைய, அதற்குள் இருந்த பச்சை நிற திரவம் கொட்டியது. அதன்பின் சில நொடிகளில் Desdemonaவின் கூந்தல் வெண்மை நிறம் பெற்று, தோல் சுருங்கி வயோதிகத் தோற்றத்தை அடைந்தாள். அந்த திரவத்தில் தான் அவளது சக்திகள் அனைத்தும் அடங்கி இருக்க வேண்டும் என்பதனை உணர்ந்து கொண்ட Cetricக்கும் Matildaவும் அதன்பின் சரமாரியாகத் தாக்குதல் நடத்தினர். இடைவிடாத தாக்குதல்களை சமாளிக்க முடியாத Desdemona உடைந்து விழுந்த குவளையில் ஒட்டிக் கொண்டிருந்த சிறிதளவு திரவத்தை உருவாக்கிய ஒளிப்பிழம்பின் மீது தெளித்தாள். அந்த ஒளிப்பிழம்பு ஒரு பெண் வடிவில் உருவாகத் தொடங்கியது. அதன்பின் சில நொடிகளில் Cetric தனது மந்திரத்தினால் இரும்பு கம்பி ஒன்றினை அவளது மீது வீசினார். அது Desdemonaவின் நெஞ்சில் குத்தி முதுகு வழியாக வெளியே வந்தது. முதுகுப் பக்கமாக இருந்த

கம்பியின் முனையில் அவளது இதயம் சொருகி இருந்தது. அவளது உடலை விட்டு உயிர் மெல்ல மெல்ல வெளியேற தன்னிடம் மீதம் இருந்த சக்திகளை ஒன்று திரட்டி ஒரு சிறிய ஒளிப்பிழம்பை உருவாக்கி இவர்கள் பக்கமாக வீசினாள். அந்த ஒளிப்பிழம்பு அவர்களை சென்றடையும் முன்னர் Desdemonaவின் உயிர் பிரிய, மறுகணம் விக்டோரியா உயிர்பெற்று வந்தாள். அவளது கண்கள் மூடி இருந்தது. Desdemona அனுப்பிய ஒளிப்பிழம்பு Cetric மற்றும் Matildaவை சென்று தாக்க அதற்குமேல் பிழைக்க முடியாதபடி அவர்கள் மோசமாகக் காயமடைந்தனர். அந்நேரம், "நம்ம உயிர நம்ம விருப்பப்படி இறந்த யாருக்காவது குடுக்கலாம் இல்லையா? உயிர் போறதுக்கு முன்னாடி அந்த மந்திரத்த வெச்சு நம்ம பொண்ணுக்கு உயிர் குடுப்போம் Matlida. அவ வாழ வேண்டிய பொண்ணு" என்று அழுது கொண்டே Cetric சொல்ல, மயானத்தில் மறுபிறப்பு பெற்று மகள் துன்புறுவதை விரும்பாத Matilda, அஜய்க்கும் உயிர்

கொடுத்து இருவரையும் அவனது வீட்டில் வசிக்குமாறு செய்யலாம் என்று முடிவு செய்தாள். பின்னர் இருவரும் மந்திரத்தை உச்சரித்து, தமது வாழ்வில் கற்ற கல்வி, பெற்ற சக்தி அனைத்தையும் ஒன்று சேர்த்து அனாமிகாவின் அறிவில் செலுத்தி இருவருக்கும் உயிர் கொடுத்தனர். அப்போது இருள் விலகி விடியத் தொடங்கியது. அதன் பின் சில நொடிகளில் Cetric மற்றும் Matildaவின் உயிர் பிரிய, மறுகணம் விக்டோரியா கண்களைத் திறந்தாள். அதே நேரம் ராமகிருஷ்ணன் வீட்டில் அனாமிகா தனது கண்களைத் திறந்தாள். அவளது அருகில் அஜய் உறங்கிக் கொண்டிருந்தான். அறையிலிருந்து வெளியேறிக் கீழே சென்றாள். அங்கே ராமகிருஷ்ணன் மற்றும் சந்தியா இருக்கையில் அமர்ந்து சாய்ந்தபடி உறங்கிக் கொண்டிருந்தனர். அவர்களின் அருகே சென்று அனாமிகா எழுப்ப, அவர்கள் கண் விழித்து அனாமிகாவைக் கண்டு கோபத்தில் கத்தினர். அவர்களை அமைதியுறச் செய்து

நடந்தவை அனைத்தையும் கூறினாள் அனாமிகா. அதை அவர்கள் இருவரும் நம்ப மறுக்க, அவர்களை அஜயின் அறைக்கு அழைத்துச் சென்று நம்ப வைத்தாள். தனது மகனை மரணத்திலிருந்து மீட்டு வந்த அனாமிகாவை தெய்வமாகக் கருதி காலில் விழுந்து நன்றி கூறினார் சந்தியா. அந்நேரம் அஜய் விழித்துக் கொள்ள, அனாமிகாவை தனது தாய் தந்தையுடன் பார்த்து சற்று குழம்பிப்போனான். எழுந்து ராமகிருஷ்ணனின் அருகே வந்து, "Night ரொம்ப கோவமா பேசுனீங்க. இப்ப வீட்டுக்கே கூட்டிட்டு வந்து நிக்கிறீங்க. நான் சொன்னேன்லப்பா அனாமிகாவ உங்களுக்குப் பிடிக்கும்னு" என்று சிரித்துக்கொண்டே கட்டியணைத்துக் கொண்டான். பின்னர் அனாமிகாவின் தாய் தந்தை முந்தைய தினம் ஒரு விபத்தில் இறந்துவிட்டதாகவும் இனிமேல் அனாமிகா தமது வீட்டில் தான் இருக்கப் போவதாகவும் சந்தியா தனது மகனிடம் கூறினார். அழுதுகொண்டிருந்த அனாமிகாவிற்கு ஆறுதல் கூறினான் அஜய். சிறிது

நேரத்திற்குப் பின், சந்தைக்குச் சென்று காய்கறிகள் வாங்கி வருமாறு சந்தியா கூற, அஜய் கிளம்பிச் சென்றான். அப்போது சிக்னல் ஒன்றில், அவனை போலீஸ் ஒருவர் வழிமறித்து "Helmet எங்க?" என்று கேட்டார். அவன் ஏதோ கூற முற்பட்ட, அவனது முகத்தை உற்றுப் பார்த்த போலீஸ் தூரமாக காரில் நின்றுகொண்டிருந்த பிரபுவிடம் அழைத்துச் சென்று, "சார் இது அந்த அஜய் மாதிரியே இல்ல?" என்று கேட்டார். பிரபு அவனைப் பார்த்து அதிர்ச்சியில், நடுங்கிக்கொண்டே, "உன் பேர் என்ன?" என்று கேட்டார். "அஜய் சார். sorry சார். Helmet எடுத்துட்டு வர மறந்துட்டேன்" என்று கூற, பீதியடைந்த பிரபு அவனது கால்கள் இருக்கிறதா என்று பார்த்தார். பின்னர் அருகே சென்று அவனைத் தொட்டுப் பார்த்தார். சில நொடிகளுக்குப் பின்னர் அவனது கன்னத்தில் ஓங்கி அறைந்து, "என்னடா குடும்பமா சேந்து நாடகமாடுறீங்களா? எங்களப் பாத்தா எப்படி தெரியுது?" என்று கோபமாகக் கேட்டார். எதுவும் புரியாத

அஜய் என்ன செய்வதென்று தெரியாமல் கன்னத்தைப் பிடித்துக் கொண்டு அமைதியாக நின்றான். அப்போது அருகில் இருந்த போலீஸ் "சார் விட்ரலாம் சார்" என்று கூறித் தலைக்கவசம் அணியாததற்காக அவனிடம் 200 ரூபாய் அபராதம் வாங்கிக்கொண்டு அவனை அனுப்பி வைத்தார். அஜய் வீட்டிற்குச் சென்று காய்கறிகள் வாங்குவதற்காகக் கொடுத்த பணத்தை அபராதம் கட்டி விட்டதால் காய்கறி வாங்கவில்லை என்று சந்தியாவிடம் கூறிவிட்டு நடந்தவை அனைத்தையும் கூறி, "காலங்காத்தால கடுப்பேத்துறாங்க" என்று கூறிக்கொண்டே கோபத்துடன் தனது அறைக்குச் சென்றான். அந்நேரம், ஏதேதோ நாடகமாடித் தன்னை ஏமாற்றி விட்டதாக நினைத்த பிரபு வெறுப்புடன் தனது வீட்டிற்குச் சென்றார். உள்ளே சென்று தண்ணீர் அருந்தினார். அப்போது பின்னால் யாரோ இருப்பதாக உணர்ந்து விரைந்து பின்னால் திரும்ப, அங்கே கரிய நிறத்தில் ஒரு உருவம் அவருக்கு மிக அருகே நின்று

கொண்டிருந்தது. அந்த உருவம் பிரபுவின் கையில் வைத்திருந்த தண்ணீர்க் குவளையை உடைத்து அவரது தொண்டைக்கு நேராகக் குத்த வந்தது. பிரபு பயத்தில் தனது கண்களை மூடிக் கொண்டார். அந்நேரம் அவரது செல்போன் ஒலி எழுப்ப, கண்களைத் திறந்தார். அந்த உருவம் அங்கே இல்லை. தனது மொபைலை எடுத்துப் பார்த்தார். "DONT DISTURB HIM" என்றொரு குறுஞ்செய்தி வந்திருந்தது. இதையும் நாடகமாகவே கருதிய பிரபு மொபைல் போனை மேஜையின் மீது வைத்துவிட்டுத் திரும்ப, அவரது கண்களுக்கு மிக அருகே மீண்டும் அந்த உருவம் வந்து நின்றது. பிரபு வெளியே ஓட முயற்சிக்க கதவுகள் தானாக சாத்திக் கொண்டன. சில கணங்களில் அந்த உருவம் அனாமிகாவின் உருவம் போல் மாறி சத்தமான குரலில், "YOU CAN'T BEAR MY ANGER. I'M HUNGRY" என்று கத்திக்கொண்டே உடைந்த குவளைத் துண்டை அவனை நோக்கிக் குத்துவதற்காக ஓங்க, பிரபு பயத்தில் அலற, அந்நேரம் காற்று பலமாக

வீச, பல காகங்கள் ஒன்றாகக் கரையும் சத்தம் கேட்டது. பிரபுவின் வீட்டைச் சுற்றிலும் எண்ணிலடங்காத காகங்கள் கரைந்து கொண்டே பறந்து கொண்டிருந்தன. பூட்டப்பட்டிருந்த கதவின் வழியாக ஒரு பெரிய காகம் உள்ளே வந்து, "உனது பசிக்கான இரை Mayaangல் படைக்கப்பட்டுள்ளது. அவள் உனக்கானவள்" என்று கூறியது. அதைக்கேட்ட அனாமிகாவின் உருவம் உண்மையில் அனாமிகாவாக உருமாறி, கண்கள் முழுதும் விரோதம் கொண்டு வெறியுடன், "I'M COMING MY GIRL. IT'S MY TURN" என்று கொடூரமாகக் கத்தினாள்.

~~----THE END----~~

----THE BEGINNING----

கதை & எழுத்து

பாஸ்கர்

அனாமிகா

மாந்திரிக மரபின் இழக்கப்பட்ட காதல்

PART -2

COMING SOON

www.ingramcontent.com/pod-product-compliance
Lightning Source LLC
LaVergne TN
LVHW090416210926
848480LV00002B/583